रेफ्रिजरेशन अँड एअर कंडिशन टेक्निशियन RACT द्वितीय वर्ष मराठी MCQ

मनोज डोळे

डिजिटायझेशन ही काळाची गरज आहे. भविष्यात, प्रशिक्षण अधिक सोयीस्कर आणि सोपे करण्यासाठी औद्योगिक प्रशिक्षण संस्थांमध्ये ऑनलाइन इंटरनेट वापरून प्रशिक्षण घेणे आवश्यक आहे. MCQ प्रश्नांचा संच असलेली ई-पुस्तके प्रशिक्षणार्थींना उपलब्ध करून दिली जातील कारण त्यांना त्यांच्या औद्योगिक प्रशिक्षण संस्थांमध्ये होणाऱ्या ऑनलाइन परीक्षांच्या तयारीसाठी MCQ प्रश्नांची अधिक सवय होणे आवश्यक आहे.

या सर्व बाबी लक्षात घेऊन श्री.मनोज मधुकर डोळे प्रशिक्षक, औद्योगिक प्रशिक्षण संस्था, सातारा यांनी नवीन वार्षिक प्रणाली आणि NSQF-5 अभ्यासक्रमानुसार पुस्तके लिहिली आहेत. आणि त्यांनी प्रशिक्षण सुलभ करण्यासाठी सैद्धांतिक मोबाइल ॲप्स आणि ब्लॉग तयार केले आहेत आणि हे सर्व शैक्षणिक साहित्य जगप्रसिद्ध Google Play Store, Amazon आणि Apple Book Store वर डाउनलोड करण्यासाठी उपलब्ध केले आहे.

पुस्तकांचे प्रकाशन माननीय सहसंचालक श्री राजेंद्र घुमे साहेब प्रादेशिक व्यावसायिक शिक्षण व प्रशिक्षण कार्यालय, पुणे यांच्या हस्ते दिनांक 9/1/2019 रोजी करण्यात आले, यावेळी श्री प्रकाश सायगावकर साहेब प्राचार्य शासकीय औद्योगिक प्रशिक्षण संस्था औंध पुणे, श्री तुकाराम मिसाळ साहेब प्राचार्य डॉ. सरकार प्र.संस्था सातारा, श्री सचिन धुमाळ साहेब जिल्हा व्यवसाय शिक्षण व प्रशिक्षण अधिकारी सातारा, श्री यतीन पारगावकर साहेब मुख्याध्यापक गो. प्र.संस्था कोल्हापूर, श्री विकास टेके साहेब निरीक्षक व्यावसायिक शिक्षण व प्रशिक्षण क्षेत्रीय कार्यालय पुणे, पालेकर फूड्स प्रॉडक्ट्स प्रा. लि.चे सातारा येथील उद्योजक अध्यक्ष श्री.नीळकंठराव पालेकर साहेब, हिरा फूड्स चे चेअरमन श्री.इब्राहिम बाबा तांबोळी साहेब, सौ.शाल्मली पवार मुख्याध्यापिका शासकीय तंत्रनिकेतन केंद्र सातारा व इतर मान्यवर यावेळी उपस्थित होते.

अनुक्रमणिका

प्रस्तावना vii

ऋणनिर्देश, पावती ix

नांदी, प्रस्तावना xi

1. रेफ्रिजरेशन अँड एअर कंडिशन टेक्निशियन Ract द्विवतीय वर्ष Qr Code Images 1
2. रेफ्रिजरेशन अँड एअर कंडिशन टेक्निशियन Ract द्विवतीय वर्ष मराठी Mcq 30

प्रस्तावना

रेफ्रिजरेशन अँड एअर कंडिशन टेक्निशियन RACT द्वितीय वर्ष मराठी MCQ हे ITI अभ्यासक्रम सुधारित NSQF अभ्यासक्रमासाठी एक साधे पुस्तक आहे , यात अधोरेखित आणि ठळक अचूक उत्तरांसह वस्तुनिष्ठ प्रश्नांचा समावेश आहे MCQ मध्ये सर्व विषयांचा समावेश आहे ज्यात सर्व विषयांचा समावेश आहे आणि कॅरी आउट सर्व्हिसिंग, काढून टाकणे, विविध प्रकारच्या व्यावसायिक कंप्रेसरचे वेगवेगळे भाग तपासणे, जीर्ण झालेले भाग पुन्हा ठेवणे, स्नेहन प्रणाली तपासणे. एकत्र करा आणि कामगिरी तपासा. वेगवेगळ्या प्रकारच्या वॉटर-कूल्ड कंडेन्सरची सर्व्हिसिंग करा. कूलिंग टॉवरची सर्व्हिसिंग आणि परफॉर्मन्स टेस्ट करा कंडक्ट सर्व्हिसिंग, बॅकवॉश करा आणि फिरणाऱ्या पाण्याचे वॉटर ट्रीटमेंट प्लांट रि-जनरेट करा. विस्तार वाल्वचे फिटिंग करा, उष्णता भारानुसार रेफ्रिजरंट प्रवाहाचे समायोजन करा. बाष्पीभवन आणि चिलरची सर्व्हिसिंग करा. वॉटर कुलर आणि डिस्पेंसरची सर्व्हिसिंग आणि रेट्रोफिट करा. सेवा, दृश्यमान कुलर आणि बाटली कूलरचे रेट्रोफिट आणि चाचणी कामगिरी. डीप फ्रीझरची सर्व्हिसिंग आणि चाचणी कार्यप्रदर्शन आयोजित करा. आइस क्यूब मशीनची स्थापना, सेवा, दुरुस्ती, गॅस चार्जिंग आणि चाचणी कामगिरी. आइस कँडी प्लांटची दुरुस्ती, सर्व्हिसिंग आणि रेट्रोफिट. आइस प्लांट आणि बाष्पीभवन कंडेन्सरची सर्व्हिसिंग करा. कूलर आणि कोल्ड स्टोरेजमध्ये चालण्याची सर्व्हिसिंग आणि प्रतिबंधात्मक देखभाल करा. सायक्रोमेट्रिक चार्टचा अभ्यास करा आणि सायक्रोमेट्रिक, ॲनिमोमीटर म्हणजे डीबीटी, डब्ल्यूबीटी, आरएच, एअर फ्लो इत्यादी वापरून सायक्रोमेट्रिक गुणधर्म मोजा. वेगवेगळ्या एअर कंडिशनिंग सिस्टममध्ये वापरल्या जाणाऱ्या मोटर आणि ब्लोअरची सर्व्हिसिंग करा. वेगवेगळ्या वायु नलिकांचे थर्मल आणि ध्वनिक इन्सुलेशन तयार करा, स्थापित करा, पॅक करा. विविध प्रकारच्या एअर फिल्टरची सर्व्हिसिंग आणि देखभाल करा. एअर कूल्ड कंडेन्सरसह पॅकेज एसी वर सर्व्हिसिंग, इंस्टॉलेशन, दोष निदान आणि उपचारात्मक उपाय करा.

आम्ही प्रत्येक नवीन आवृत्तीसह नवीन प्रश्नांची उत्तरे जोडतो. कृपया काही त्रुटी/वगळल्यास आम्हाला ईमेल करा. सर्व अभियांत्रिकी बहुपर्यायी प्रश्न आणि उत्तरांसाठी हे निर्विवादपणे सर्वात मोठे आणि सर्वोत्तम ई-पुस्तक आहे.

विद्यार्थी म्हणून तुम्ही ते तुमच्या परीक्षेच्या तयारीसाठी वापरू शकता. हे ई-पुस्तक प्राध्यापकांना साहित्य रीफ्रेश करण्यासाठी देखील उपयुक्त आहे.

ऋणनिर्देश, पावती

21 व्या शतकातील औद्योगिक क्षेत्रातील वेगाने वाढणाऱ्या मागणीच्या अनुषंगाने बहु-कुशल कारागीरांचा पुरवठा करण्यासाठी व्यवसाय शिक्षण आणि व्यवसाय प्रॅक्टिकल विभागामार्फत व्यावसायिक शिक्षण आणि प्रशिक्षण विभागामार्फत व्यावसायिक शिक्षण आणि प्रशिक्षण दिले जाते. संस्थांमधील सर्व व्यवसाय महत्त्वाचे आहेत, कारण या व्यवसायांतील प्रशिक्षणार्थी उद्योगाच्या मागणीनुसार बहु-कौशल्ये विकसित करतात.

औद्योगिक क्षेत्रातील सर्व उद्योगांमधील सर्व परीक्षा ऑनलाइन घेतल्या जातात आणि त्यामध्ये MCQ पद्धतीच्या प्रश्नांचा समावेश होतो हे लक्षात घेऊन सर्व व्यवसायांसाठी योग्य MCQ ई-पुस्तके उपलब्ध करून देण्याच्या उदात्त हेतूने. श्री.मनोज मधुकर डोळे यांनी नवीन वार्षिक अभ्यासक्रमानुसार MCQ पद्धतीवर खूप चांगले ई-बुक लिहिले आहे. हे ई-बुक सर्व प्रशिक्षणार्थी, प्रशिक्षणार्थी उमेदवार, प्रशिक्षण प्रशिक्षक आणि संबंधित इतरांसाठी निश्चितच मार्गदर्शक ठरेल.

पुस्तकाचे लेखक श्री.मनोज मधुकर डोळे आहेत, इन्स्ट्रक्टर गव्हर्नमेंट ITI सातारा यांना 17 वर्षांचा प्रशिक्षणाचा अनुभव आहे. नवीन वार्षिक पॅटर्न म्हणून लिहिलेल्या, या ई-बुकमध्ये प्रत्येक विषयासाठी मांडणी, सोपी भाषा आणि सोपी वाक्यरचना, आकृती आणि व्हिडिओ समजून घेण्यासाठी आधुनिक डिजिटल QR कोड तंत्रज्ञान समाविष्ट केले आहे. त्यामुळे सखोल अभ्यास आणि परीक्षेच्या सरावासाठी हे ई-बुक नक्कीच उपयोगी पडेल याची मला खात्री आहे. त्यांनी केलेले काम नक्कीच कौतुकास्पद आहे.

श्री तुकाराम मिसाळ

प्राचार्य शासकीय औद्योगिक प्रशिक्षण संस्था सातारा.

नांदी, प्रस्तावना

DGET नवी दिल्ली आणि CSTARI कोलकाता ऑगस्ट 2018 च्या सत्रापासून ITI मधील सर्व व्यवसायांसाठी वार्षिक पॅटर्न लागू करत आहेत. परीक्षा पद्धतीतही बदल करण्यात येणार असून या वर्षीपासून ती ऑनलाइन होणार असून सर्व प्रश्न वस्तुनिष्ठ स्वरूपाचे (MCQ) असल्याने प्रशिक्षणार्थींना सखोल अभ्यासाची नितांत गरज आहे. हे लक्षात घेऊन जुन्या NIMI पॅटर्नवर आधारित पुस्तके आणि नवीन वार्षिक पॅटर्नचे संपूर्ण विहंगावलोकन सादर करताना आम्हाला आनंद होत आहे आणि आम्हाला आशा आहे की ही पुस्तके सर्व व्यवसाय संचालक आणि प्रशिक्षणार्थींसाठी मार्गदर्शक ठरतील. आहे.

ही पुस्तके लिहिल्याबद्दल जोहर आवटे साहेब, ITI अकलूजचे प्राचार्य. ITI सातारा चे माजी प्राचार्य सायगावकर साहेब, सहाय्यक संचालक श्री चंद्रकांत ढेकणे साहेब व्यवसाय शिक्षण व प्रशिक्षण प्रादेशिक कार्यालय, पुणे, जिल्हा व्यवसाय शिक्षण व प्रशिक्षण अधिकारी सचिन धुमाळ साहेब व मुख्याध्यापिका शासकीय तंत्रनिकेतन केंद्र शाल्मली पवार मॅडम व मुलगा अधिराज डोळे, आई कुसुम डोळे. , माझे वडील मधुकर डोळे आणि पत्नी अश्विनी डोळे यांनी वेळोवेळी केलेल्या विशेष मार्गदर्शन व सहकार्याबद्दल मी त्यांचा मनःपूर्वक आभारी आहे.

तसेच अतिशय कमी कालावधीत पुस्तक प्रकाशित करण्यात अमूल्य वेळ दिल्याबद्दल श्री राजेंद्र घुमे साहेब, सहसंचालक, व्यवसाय शिक्षण व प्रशिक्षण प्रादेशिक कार्यालय, पुणे यांनी पुस्तकाचे पुनरावलोकन केले. त्यांच्या अभिप्रायाबद्दल मी मनापासून आभारी आहे.

पुस्तक लिहिण्याच्या सुरुवातीपासूनच सतत पाठबळ दिल्याबद्दल ITI सातारा च्या प्रशिक्षकांचा मी आभारी आहे.

या पुस्तकातून, ई-लर्निंगबद्दलचे माझे विचार तुमच्याशी शेअर करण्यात मी स्वतःला धन्य समजतो. हे पुस्तक परिपूर्ण आहे असा दावा मी करणार नाही, कारण परिपूर्णतेचा विचार करता हे पुस्तक एक प्रयत्न आहे आणि बाल्यावस्थेत आहे. त्यांची चाचणी आणि सूचना दिल्यास ते सुधारण्यासाठी मोलाचे ठरतील.

मनोज डोळे

दिनांक 9/1/2019

1

रेफ्रिजरेशन अँड एअर कंडिशन टेक्निशियन RACT द्वितीय वर्ष QR Code Images

Download App
Online Test Exam
ITI Books
AutoCAD CAM
JOB & Apprentice
Online Theory
Computer Course
Trading Course
CNC Course
MSCIT Course
Shopping Business
Internet Business
Web Designing
Online Services
Top Sportsmans
Indian Army
Freedom Fighters
Top Scientists
Social Reformers
Motivational Speaker
Top Richest People
Join WhatsApp Group
Join Facebook Group
Like Facebook Page
PAN / Adhar / Licence
Passport

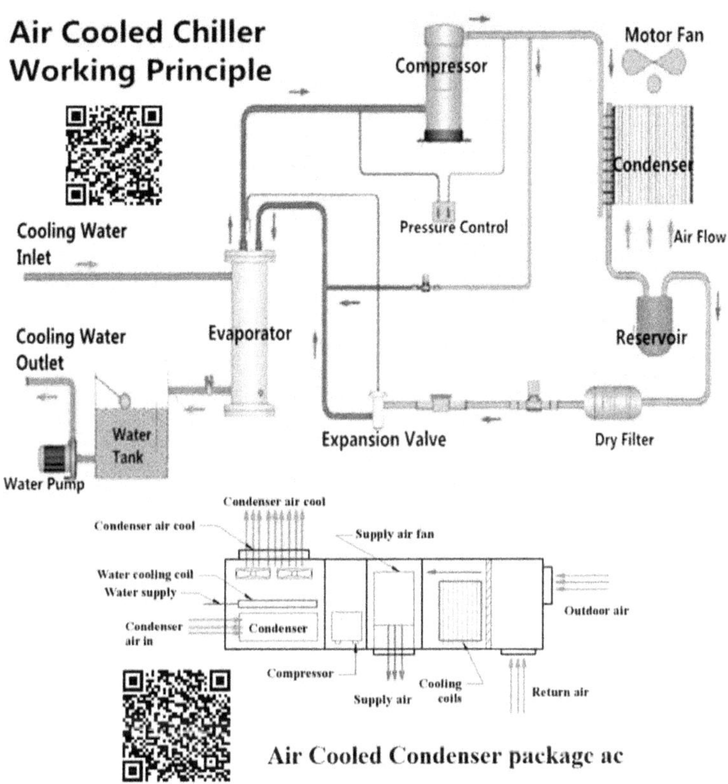
Air Cooled Chiller
Working Principle
Compressor
Motor Fan
Condenser
Pressure Control
Air Flow
Cooling Water
Inlet
Evaporator
Reservoir
Cooling Water
Outlet
Water
Tank
Expansion Valve
Dry Filter
Water Pump
Condenser air cool
Condenser air cool
Supply air fan
Water cooling coil
Water supply
Outdoor air
Condenser
air in
Condenser
Compressor
Cooling
coils
Supply air
Return air
Air Cooled Condenser package ac

WATER COOLER PARTS IDENTIFICATION

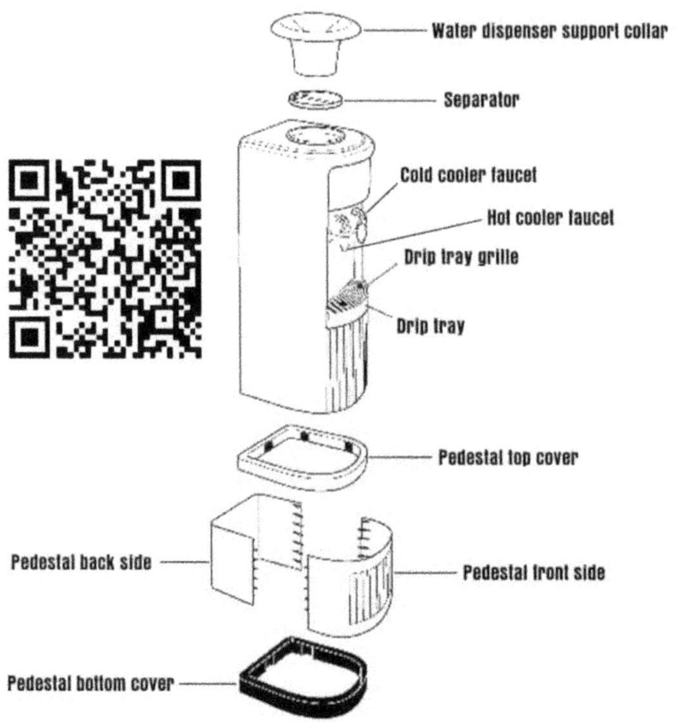

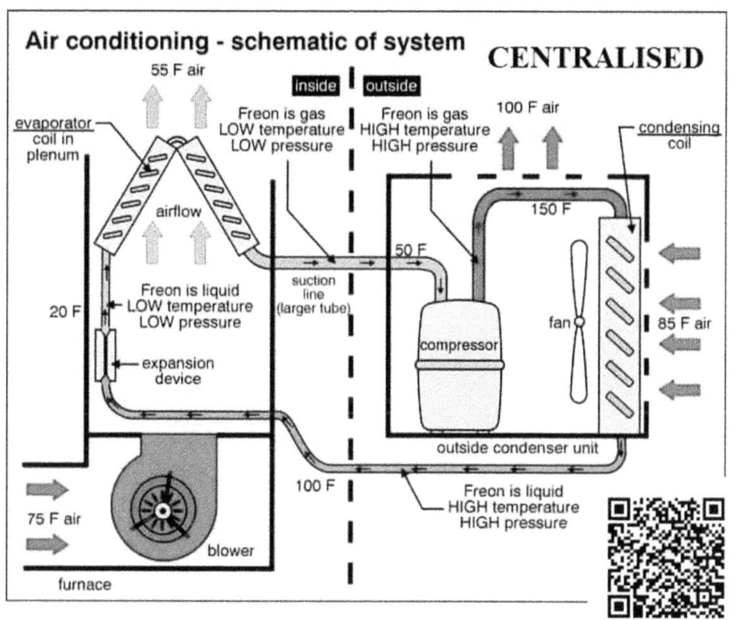
Air conditioning - schematic of system
CENTRALISED
55 F air
inside
outside
Freon is gas
LOW temperature
LOW pressure
Freon is gas
HIGH temperature
HIGH pressure
100 F air
evaporator
coil in
plenum
condensing
coil
airflow
150 F
50 F
suction
line
(larger tube)
20 F
Freon is liquid
LOW temperature
LOW pressure
expansion
device
compressor
fan
85 F air
outside condenser unit
100 F
Freon is liquid
HIGH temperature
HIGH pressure
75 F air
blower
furnace

COLD STORAGE

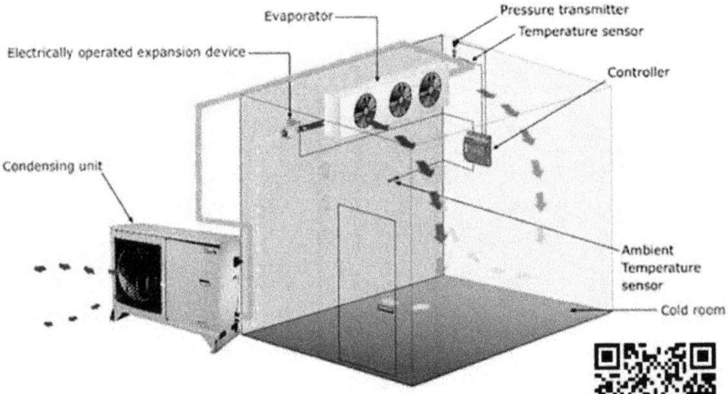

Evaporator
Pressure transmitter
Temperature sensor
Electrically operated expansion device
Controller
Condensing unit
Ambient Temperature sensor
Cold room

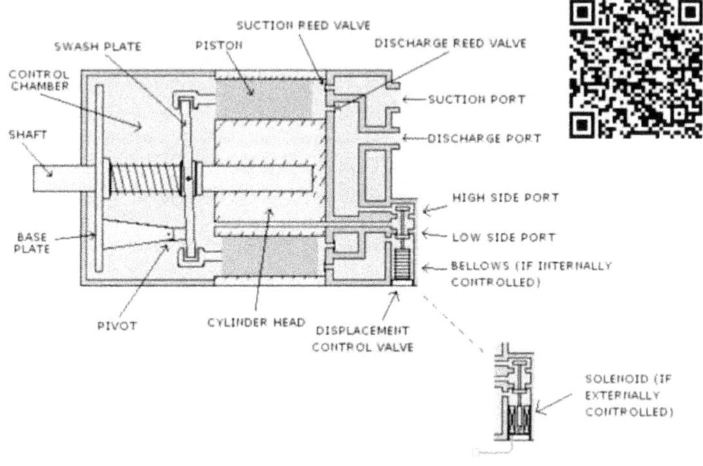

INTERNAL STRUCTURE OF VARIABLE DISPLACEMENT COMPRESSOR

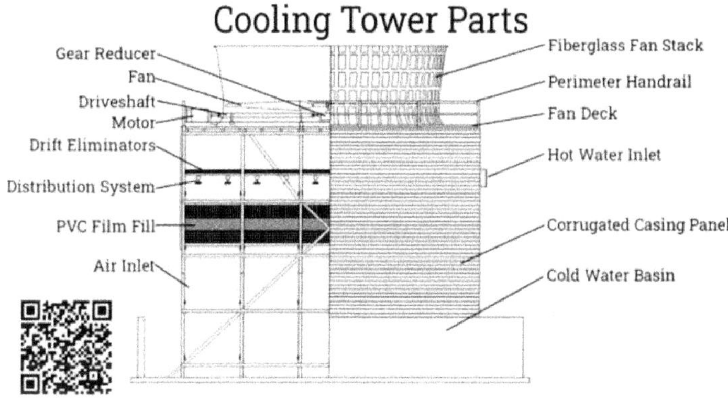

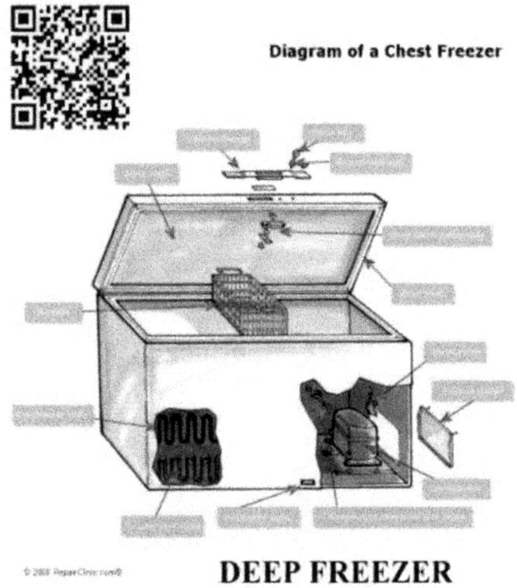

DEEP FREEZER

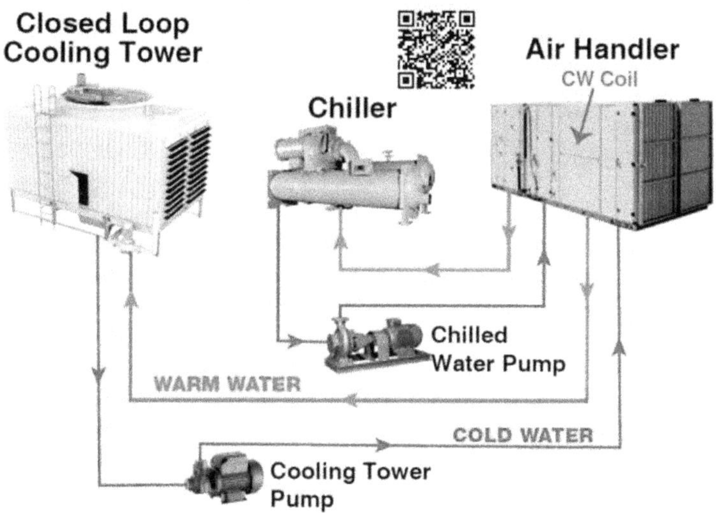
DIRECT SYSTEM
Closed Loop
Cooling Tower
Chiller
Air Handler
CW Coil
Chilled
Water Pump
WARM WATER
COLD WATER
Cooling Tower
Pump

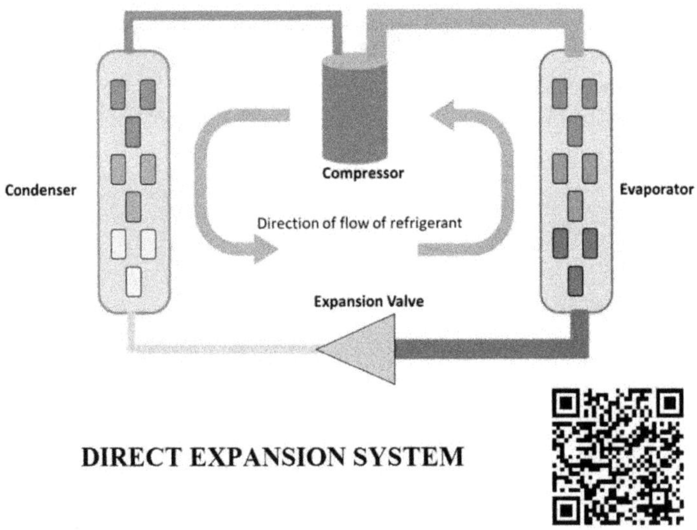

DIRECT EXPANSION SYSTEM

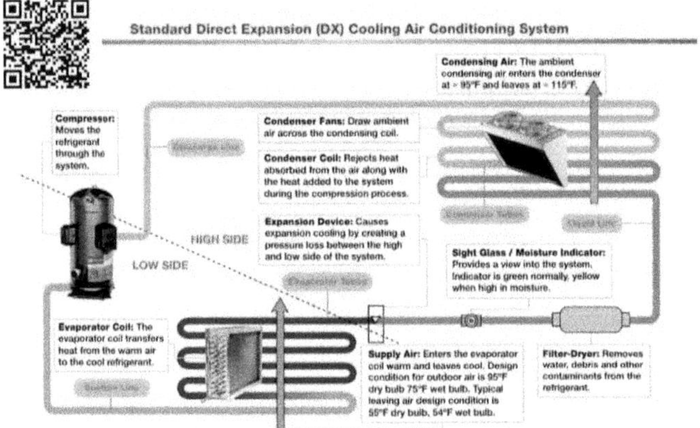

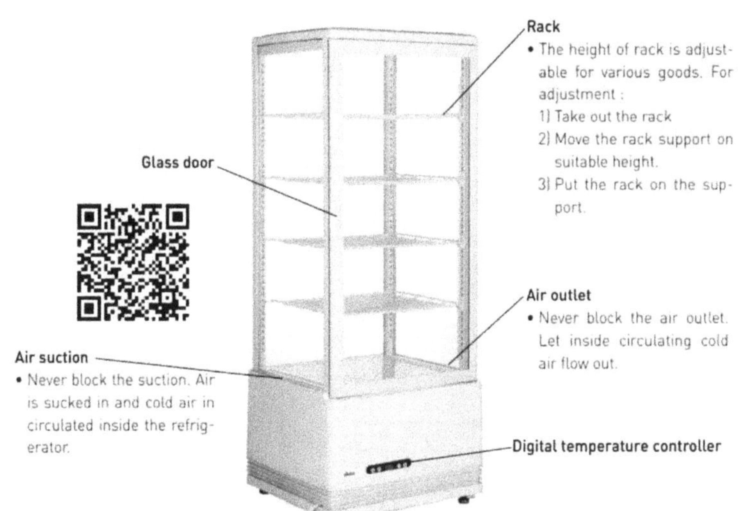

DISPLAY CABINET

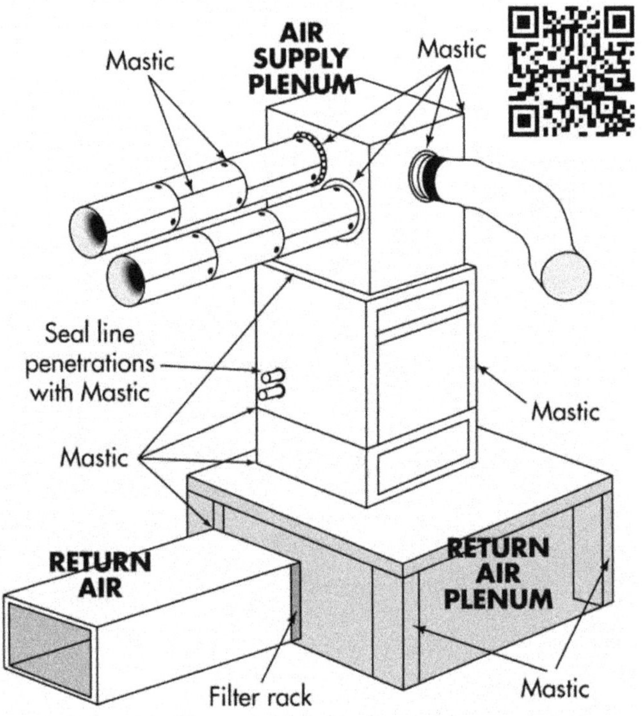
Air Handler DUCT
AIR SUPPLY PLENUM
Mastic
Mastic
Seal line penetrations with Mastic
Mastic
Mastic
RETURN AIR
RETURN AIR PLENUM
Filter rack
Mastic

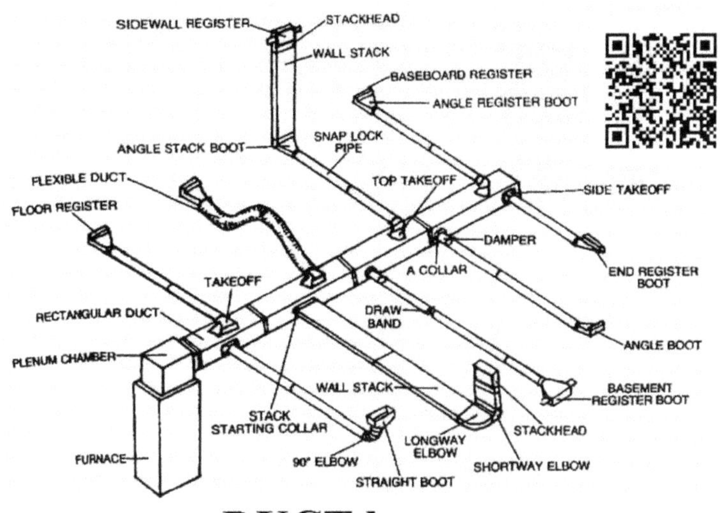

DUCT layout

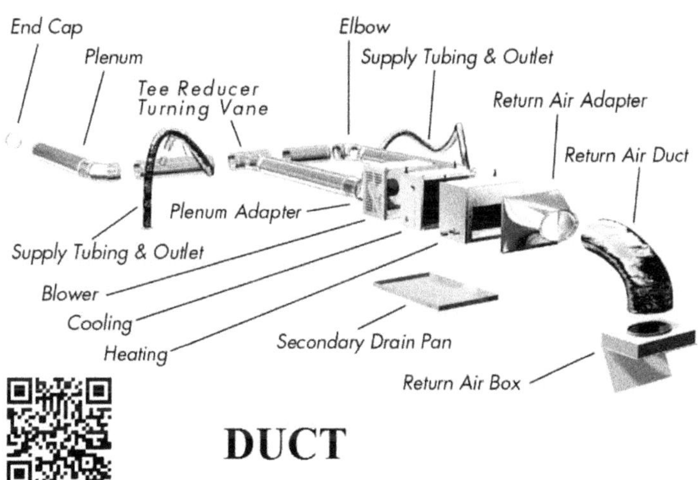

DUCT

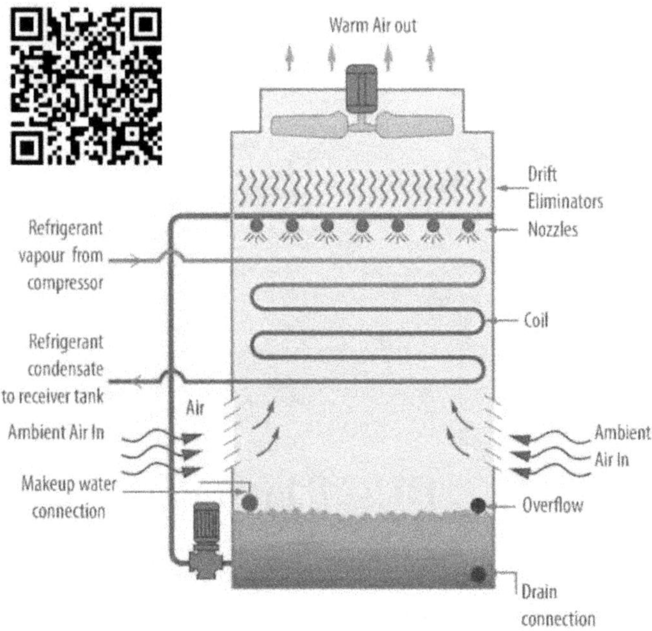

evaporative condenser

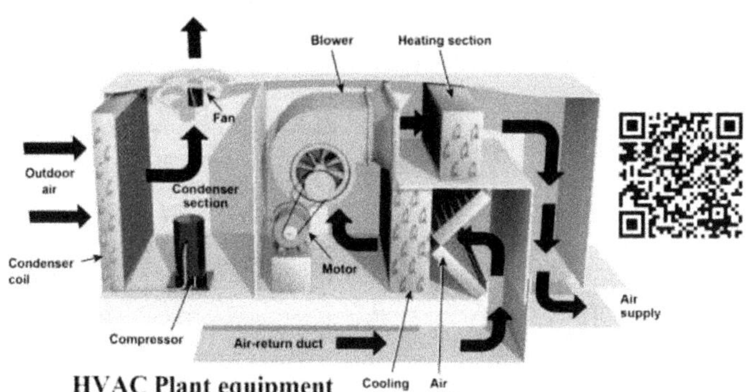

HVAC Plant equipment

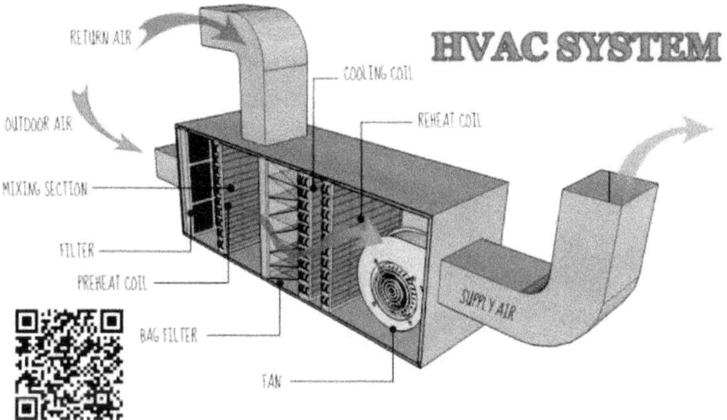

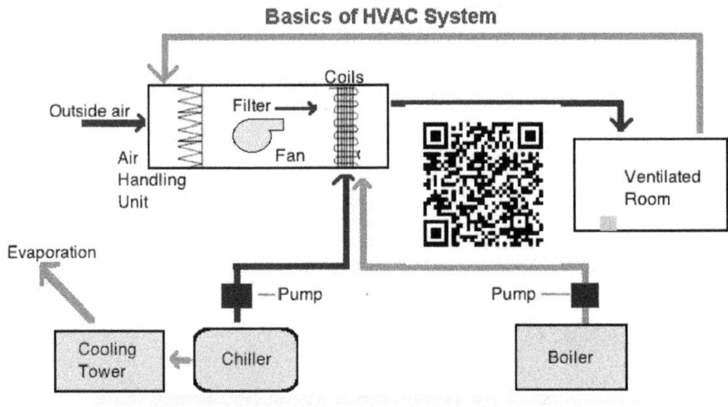

ICE CANDY PLANT

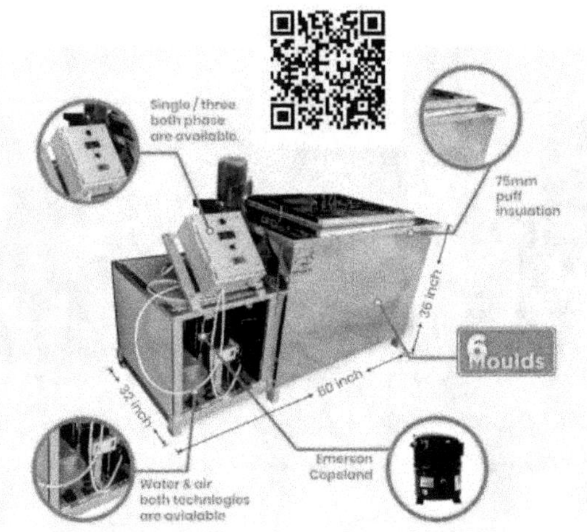

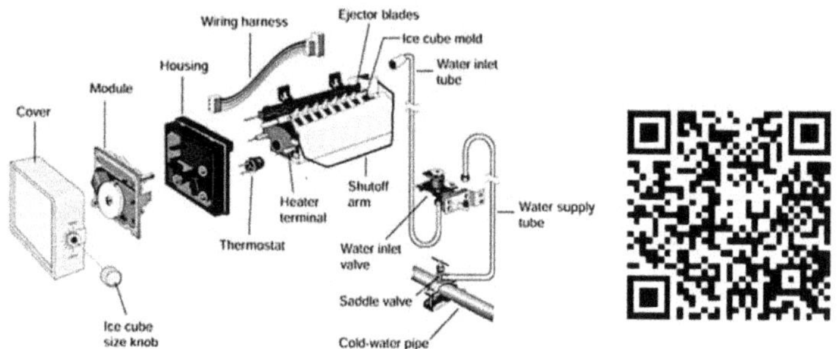

ICE CUBE MACHINE

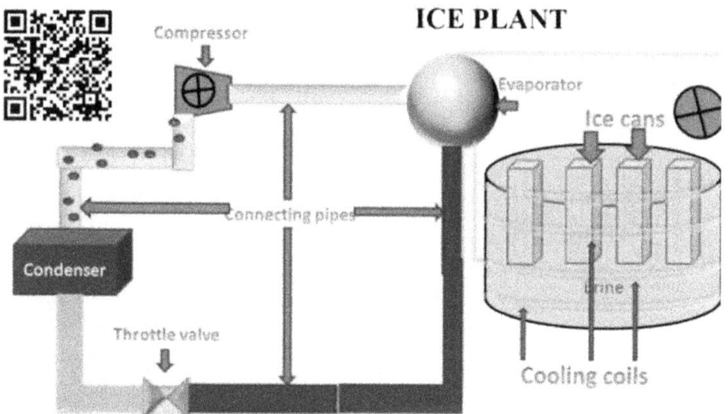

ICE PLANT

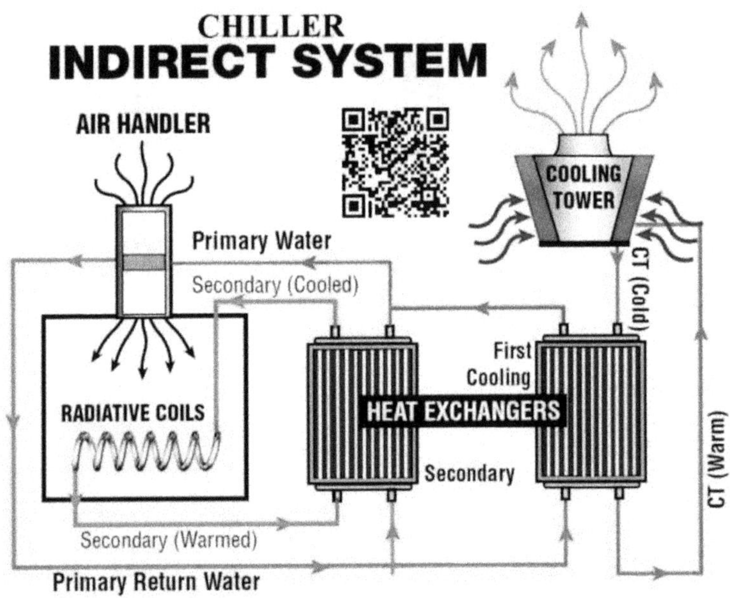
CHILLER
INDIRECT SYSTEM
AIR HANDLER
COOLING TOWER
Primary Water
Secondary (Cooled)
CT (Cold)
First Cooling
RADIATIVE COILS
HEAT EXCHANGERS
Secondary
CT (Warm)
Secondary (Warmed)
Primary Return Water

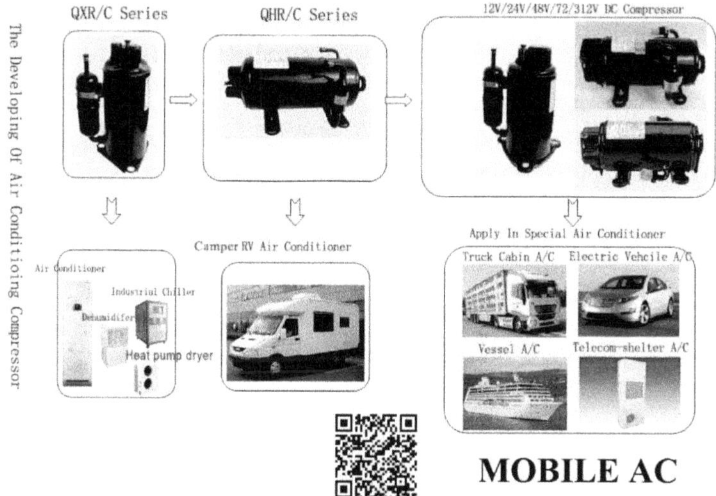

BUS A/C PARTS

For after-sales bus air conditioner market, offering various HVAC parts to repair your bus, coach, truck, van, RV, all-electric aircon system: bus A/C compressors, condenser fan, evaporator blower, clutch, Danfoss Parts etc.

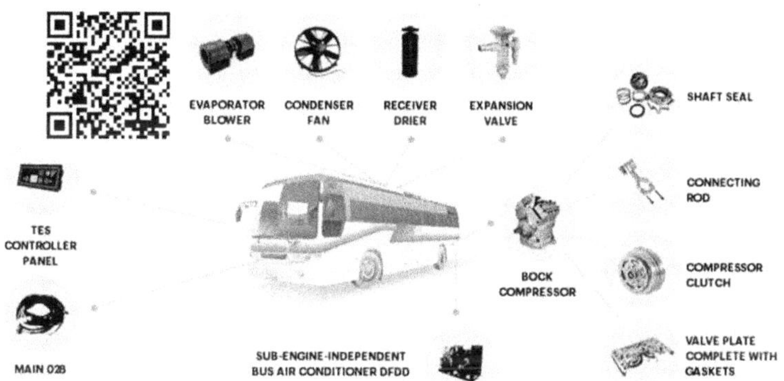

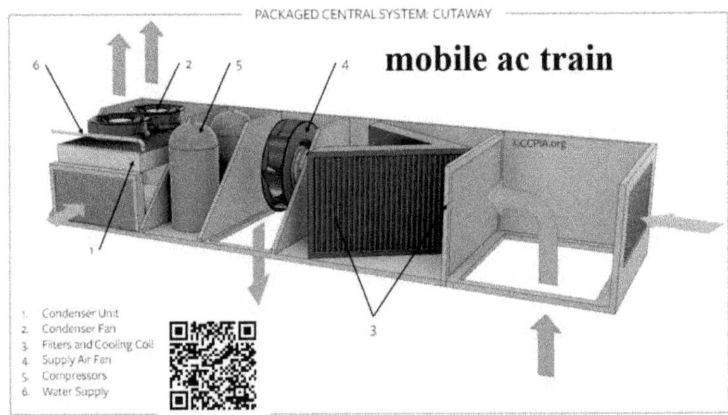
PACKAGED CENTRAL SYSTEM: CUTAWAY
mobile ac train
1. Condenser Unit
2. Condenser Fan
3. Filters and Cooling Coil
4. Supply Air Fan
5. Compressors
6. Water Supply

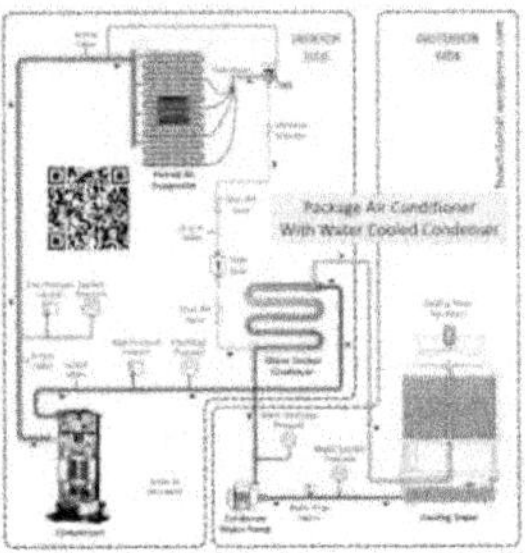
Package Air Conditioner
With Water Cooled Condenser

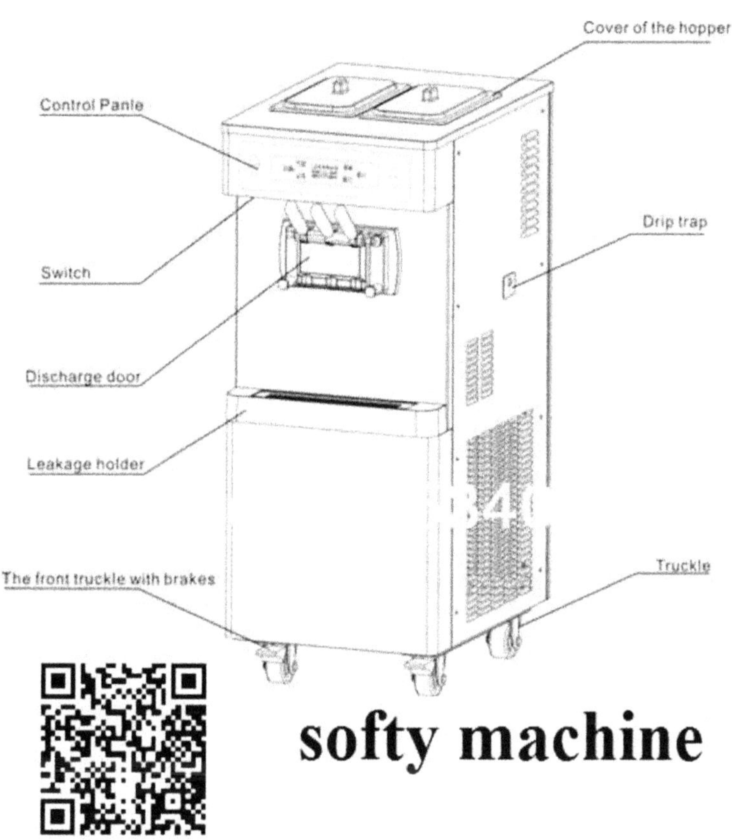
Cover of the hopper
Control Panle
Drip trap
Switch
Discharge door
Leakage holder
The front truckle with brakes
Truckle
softy machine

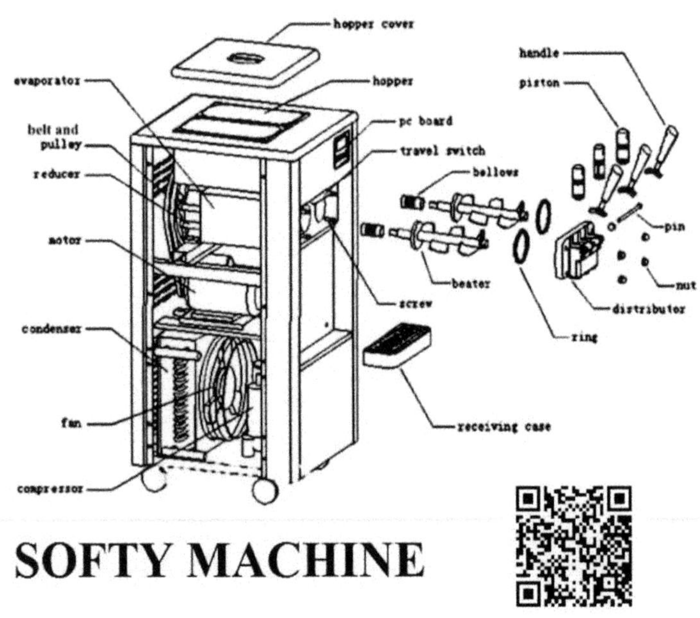

SOFTY MACHINE

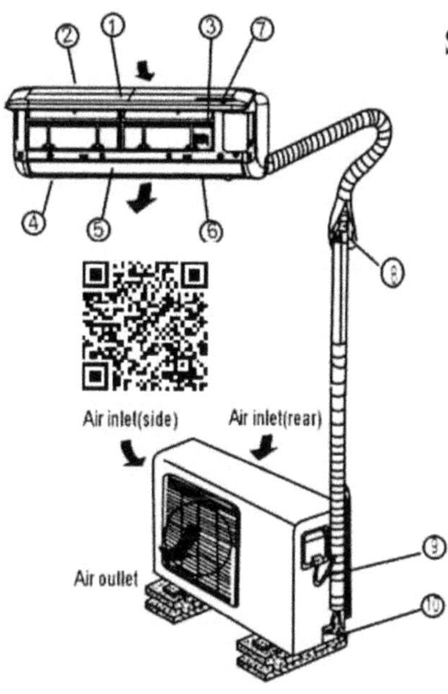

SPLIT PACKAGE

Names of parts

Indoor unit

1. Front panel
2. Air inlet
3. Air filter
4. Air outlet
5. Horizontal air flow grille
6. Vertical air flow louver(inside)
7. Display panel

Outdoor unit

8. Connecting pipe
9. Connecting cable
10. Stop valve

What is a split system?

Many types of air conditioning systems are called split systems because they are made up of an **outdoor unit**, which contains the condenser and compressor, and an **indoor unit**, which is often connected to a furnace or heat pump.

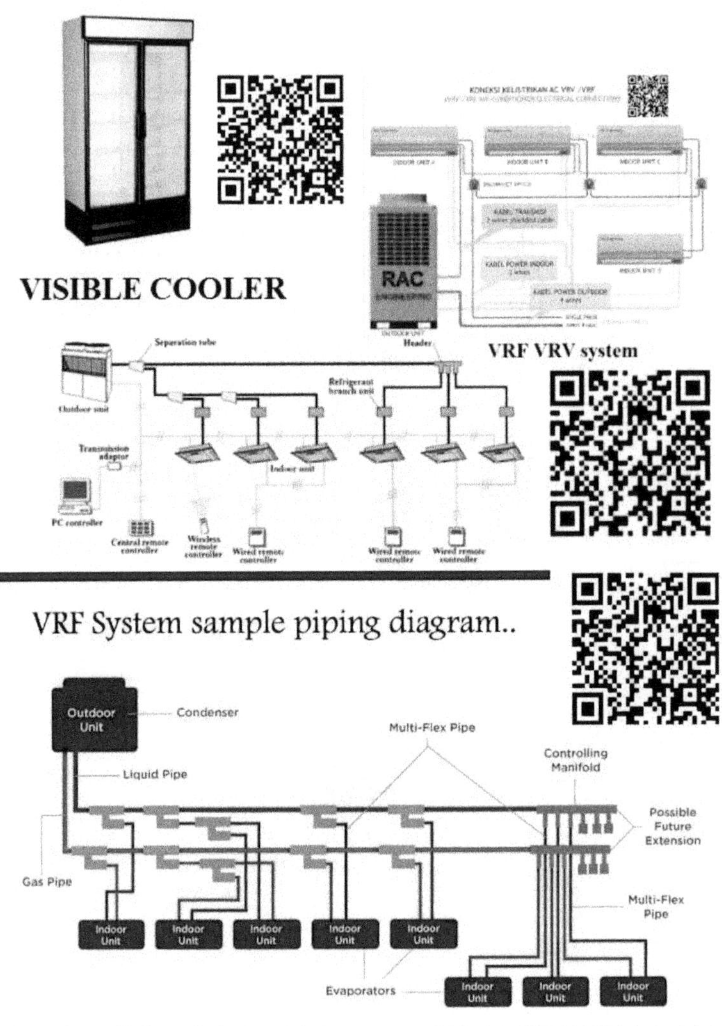
VISIBLE COOLER
RAC
VRF VRV system
Separation tube
Header
Refrigerant branch unit
Indoor unit
PC controller
VRF System sample piping diagram..
Outdoor Unit
Condenser
Liquid Pipe
Multi-Flex Pipe
Controlling Manifold
Possible Future Extension
Gas Pipe
Multi-Flex Pipe
Indoor Unit
Indoor Unit
Indoor Unit
Indoor Unit
Indoor Unit
Evaporators
Indoor Unit
Indoor Unit
Indoor Unit

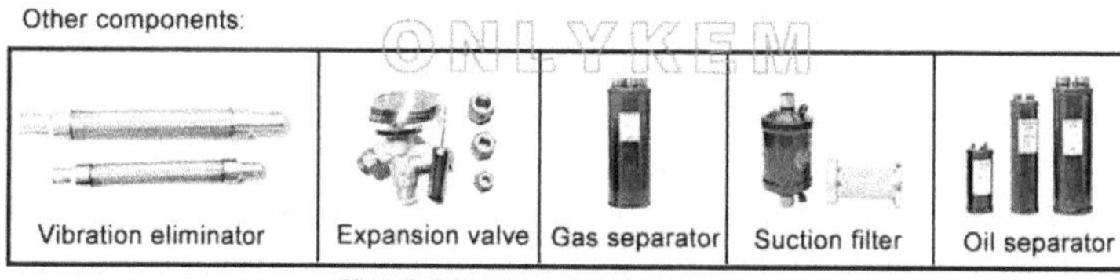

WALK IN COOLER

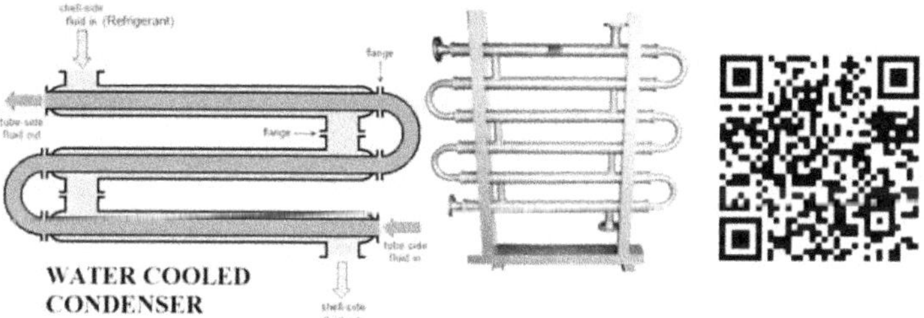

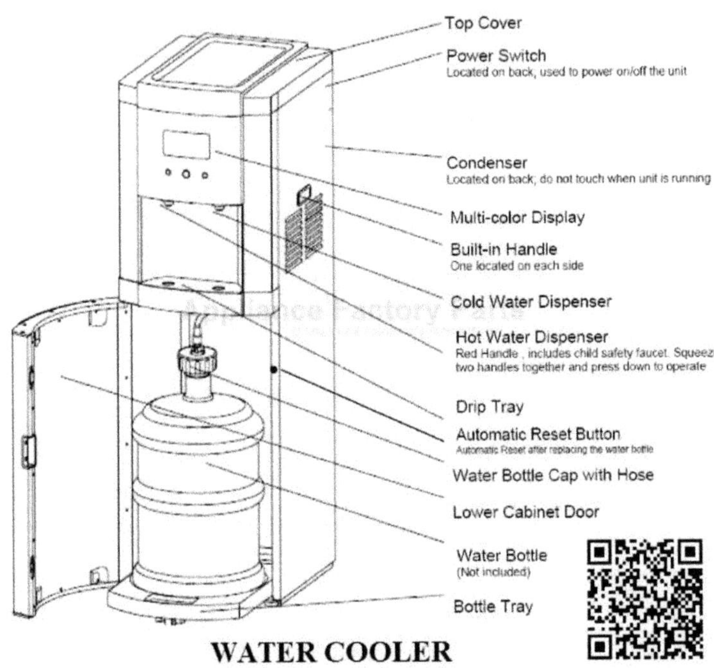

WATER COOLER

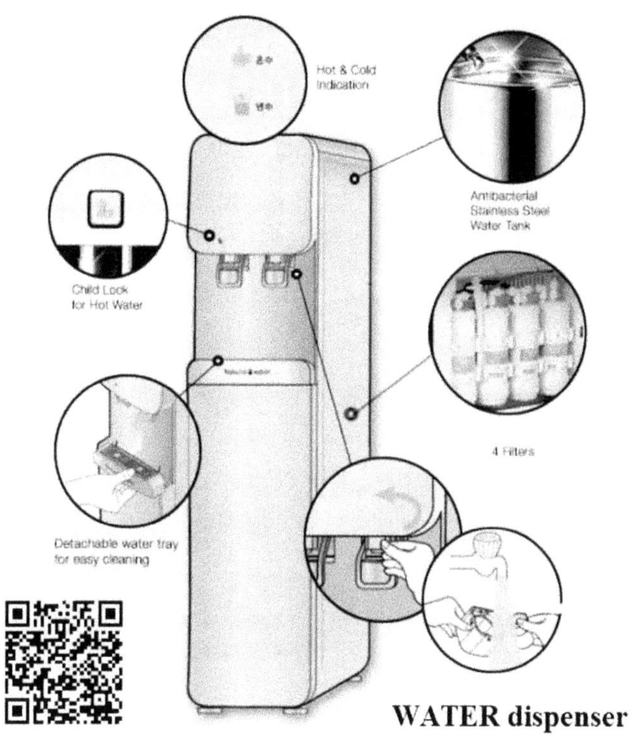

WATER dispenser

Water dispenser heating tank

Upper water outlet

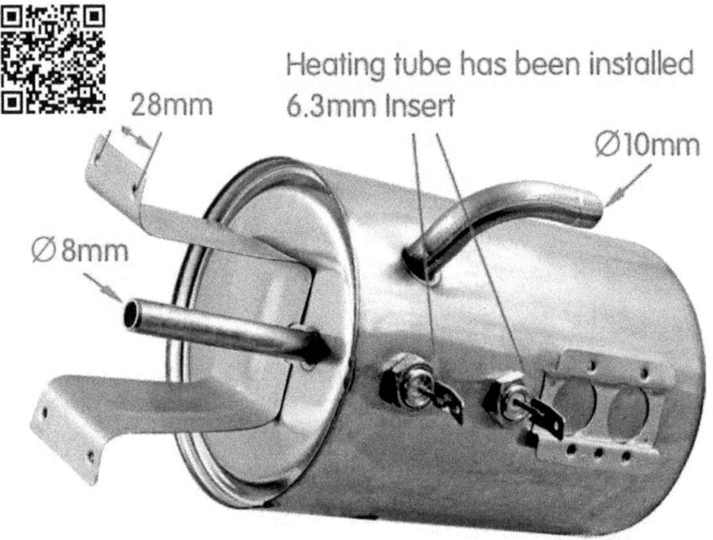

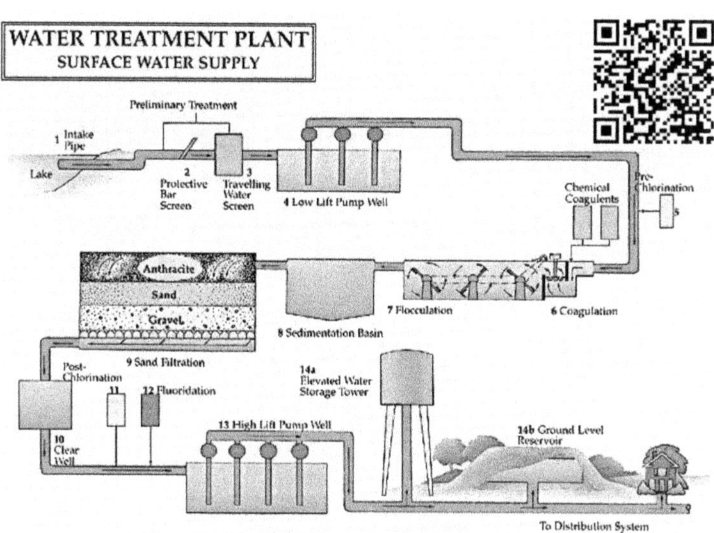

WATER TREATMENT PLANT
SURFACE WATER SUPPLY
Preliminary Treatment
1 Intake Pipe
Lake
2 Protective Bar Screen
3 Travelling Water Screen
4 Low Lift Pump Well
Chemical Coagulents
Pre-Chlorination
5
Anthracite
Sand
Gravel
7 Flocculation
6 Coagulation
8 Sedimentation Basin
9 Sand Filtration
Post-Chlorination
11
12 Fluoridation
14a Elevated Water Storage Tower
10 Clear Well
13 High Lift Pump Well
14b Ground Level Reservoir
To Distribution System

2

रेफ्रिजरेशन अँड एअर कंडिशन टेक्निशियन RACT द्वितीय वर्ष मराठी MCQ

कोणता घटक प्रणालीमध्ये शीतक प्रवाह तयार करतो

1) <u>कंप्रेसर</u>

2) बाष्पीभवक

3) कंडेनसर

4) विस्तार झडप

Q 2) हर्मेटिकली सीलबंद कॉम्प्रेसर चालू केल्यावर सुरू होत नाही आणि त्याची मोटर गुंजत नाही. हे यामुळे असू शकते....

1) खराब सुरू होणारा कॅपेसिटर

२) <u>ओपन - सर्किटकेलेलेमोटरविंडिंग</u>

3) कमी पुरवठा व्होल्टेज

४) जप्त केलेला कंप्रेसर _

प्र 3) थर्मो - कंप्रेसर .... वर काम करतो.

1) पास्कलचा कायदा

२) <u>बर्नौलीचेतत्व</u>

3) डाल्टनचा कायदा

4) अॅव्होगाड्रोचा कायदा

Q 5) रेफ्रिजरेटरमध्ये दिलेले कोणते नियंत्रण कंप्रेसर मोटर वाइंडिंगचे नुकसान होण्यापासून संरक्षण करते

1) रिले सुरू करणे

2) ओव्हरलोडसंरक्षक

3) थर्मोस्टॅट

4) वरील सर्व

प्र 6) अवशोषण रेफ्रिजरेशन सिस्टीममध्ये, वाफ कॉम्प्रेशन सिस्टीमचा कंप्रेसर .... ने बदलला जातो.

1) शोषक

२) जनरेटर

3) पंप

4) वरीलसर्व

प्र 7) रेफ्रिजरंटचा एक इष्ट गुणधर्म म्हणजे त्यात ...... असणे आवश्यक आहे.

1) कमी गंभीर तापमान

2) कमीविशिष्टउष्णता

3) कमी थर्मल चालकता

4) कमी विद्‌युत इन्सुलेशन

Q 8) यापैकी कोणत्या रेफ्रिजरंटमध्ये सर्वात कमी सापेक्ष ओझोन विनाश कार्यक्षमता आहे

1) आर - 11

2) आर - 12

3) आर - 22

4) आर - 114

प्र 9) प्लेट टाईप बाष्पीभवक अनेकदा .... मध्ये वापरला जातो.

1) घरगुती एअर कंडिशनर

२) पिण्याचे पाणी कुलर

3) घरगुती डिह्युमिडिफायर

4) दोन-कंपार्टमेंटरेफ्रिजरेटर

प्र 10) घरगुती रेफ्रिजरेटरमध्ये, विस्तारित झडपा वापरला जातो.........

1) केशिकानलिका

2) सतत दाब विस्तार झडप

3) थर्मोस्टॅटिक विस्तार वाल्व

4) फ्लोट वाल्व

प्र 11) फ्लड टाईप चिलर ॲप्लिकेशनमध्ये, विस्तारित व्हॉल्व्ह वापरला जातो ....

1) केशिका नलिका

2) सतत दाब विस्तार झडप

3) थर्मोस्टॅटिक विस्तार वाल्व

4) फ्लोटवाल्व

Q 12) अमोनियाला .... म्हणून देखील ओळखले जाते.

1) R707

2) R717

3) R727

4) R737

प्रश्न 14) जेनर डायोडबद्दल काय खरे आहे

1) हे रेक्टिफायर आहे

२) हा प्रकाश उत्सर्जक डायोड आहे

3) हेव्होल्टेजरेग्युलेटरसर्किट्समध्येवापरलेजाते

4) हे फिल्टर सर्किटमध्ये वापरले जाते

प्र 15) ट्रान्सफॉर्मर हे असे उपकरण आहे जे .... करू शकते.

1) स्टेप अप किंवा स्टेप डाउन व्होल्टेज

2) इलेक्ट्रिक इंडक्शनद्वारे कार्य करा

3) शक्ती न बदलता काम करा

४) वरीलसर्वगोष्टीकरा

Q 16) 3 - फेज इंडक्शन मोटरमध्ये लोड नसलेल्या स्थितीत .... पॉवर फॅक्टर असेल

1) कमी

2) मध्यम

3) उच्च

4) नकारात्मक

प्र 17) कोणत्या इंडक्शन मोटरला सुरवातीचा टॉर्क चांगला असतो

1) स्लिपरिंगइंडक्शनमोटरमध्येस्क्विरलकेजइंडक्शनमोटरपेक्षाचांगलेस्टार्टिंगटॉर्कआहे

2) स्क्विरल केज इंडक्शन मोटरमध्ये स्लिप रिंग इंडक्शन मोटरपेक्षा चांगले स्टार्टिंग टॉर्क आहे

3) दोन्हीमध्ये समान प्रारंभिक टॉर्क आहे

4) दोघांपैकी कोणत्याही एकाला दुसऱ्यापेक्षा चांगला टॉर्क सुरू होऊ शकतो

प्र 18) रेफ्रिजरेटरमधील रेफ्रिजरंटच्या कमी चार्जिंगमुळे ....

1) COP मध्ये वाढ

2) COP मध्येघट

3) क्षमतेत वाढ

4) त्याचा कोणताही परिणाम होणार नाही

Q 19) कोणता कंप्रेसर मोठ्या क्षमतेसाठी आणि उच्च आवाज प्रवाह दरासाठी योग्य आहे

1) स्क्रू कंप्रेसर

२) स्क्रोल कंप्रेसर

3) केंद्रापसारककंप्रेसर

4) रेसिप्रोकेटिंग कंप्रेसर

प्र 20) केशिका नळीच्या विस्तारादरम्यान, एन्थाल्पी ....

1) वाढते

२) कमी होते

3) समानराहते

4) वाढ किंवा कमी होऊ शकते

Q 21) HFC रेफ्रिजरंट .... आहे.

1) R11

2) R22

3) R134a

4) R290

प्रश्न 22) घरगुती रेफ्रिजरेटरची क्षमता अंदाजे .... आहे.

1) 0.1 टन

2) O.5 टन

3) 1.0 टन

4) 1.5 टन

Q 23) फायबरग्लास इन्सुलेशन निर्मितीसाठी वापरलेली सामग्री .... आहे.

1) कार्बन

२) प्युमिस

3) जिप्सम

4) सिलिका

Q 24) घरगुती रेफ्रिजरेटरमध्ये न वापरलेली इन्सुलेट सामग्री आहे .....

1) लाकूड फायबर

2) कॉर्क

3) रबर

4) काचेचे लोकर

प्र 25) रेफ्रिजरंट म्हणून अमोनिया वापरून रेफ्रिजरेशन सिस्टममधील गळती शोधून काढली जाते

1) साबण आणि पाणी

2) सल्फरच्याकाड्या

3) हॅलाइड टॉर्च

४) जळणारी मेणबत्ती

प्र 26) रेफ्रिजरंट दूषित होण्याचे कारण काय आहे

१) रेफ्रिजरंटमध्येओलावा

२) तेलाची पातळी कमी

3) तेलाची उच्च पातळी

4) गॅसची कमतरता

प्र 27) एअर कंडिशनिंगमध्ये एअर डिफ्यूझरचे कार्य .... आहे.

१) शुद्ध हवा

2) हवेचाथेटप्रवाहइच्छितपॅटर्नमध्ये

३) एअर कंडिशनरचा आवाज कमी करा

4) हवेतील सापेक्ष आर्द्रता नियंत्रित करा

प्र 28) बाष्पीभवनाच्या पूरग्रस्त प्रकारात, विस्तार यंत्र वापरले जाते ....

1) नॉन रिटर्न वाल्व

2) फ्लोटवाल्व

3) थर्मोस्टॅटिक उपकरण

4) स्वयं-क्रियाशील विस्तार वाल्व

प्र 29) व्होर्टेक्स ट्यूब (अपारंपरिक) रेफ्रिजरेटिंग सिस्टमबद्दल कोणते विधान खरे नाही

1) ते रेफ्रिजरंट म्हणून हवेचा वापर करते

२) वजनाने हलके असते

3) यासाठी कमी जागा लागते

4) यातअनेकहलणारेभागआहेत

Q 30) यापैकी कोणते व्होर्टेक्स ट्यूब रेफ्रिजरेटिंग सिस्टमच्या वापराचे उदाहरण आहे

1) इलेक्ट्रॉनिक घटकांचे स्पॉट कूलिंग

२) खाणींमधील कामगारांचे शरीर थंड करणे

3) वरीलदोन्ही

4) वरीलपैकी काहीही नाही

Q 31) नाडी - ट्यूब रेफ्रिजरेशनमध्ये मुख्यतः निवडलेला कार्यरत द्रव .... आहे.

1) हेलियम

2) कार्बन डायऑक्साइड

3) नायट्रोजन

4) अमोनिया

प्र 32) लिथियम-ब्रोमाइड वाष्प शोषण रेफ्रिजरेशन सिस्टममध्ये, लिथियम ब्रोमाइड वापरले जाते

१) रेफ्रिजरंट

2) <u>शोषक</u>

3) शोषक आणि शीतक दोन्ही

4) शोषक किंवा शीतक म्हणूनही नाही

Q 33) 3-फेज स्क्विरल केज इंडक्शन मोटर सुरू करण्यासाठी यापैकी कोणती पद्धत वापरली जाऊ शकत नाही?

1) DOL स्टार्टर

2) ऑटो ट्रान्सफॉर्मर स्टार्टर

3) तारा - डेल्टा स्टार्टर

4) <u>रोटररेझिस्टरसुरूहोतआहे</u>

प्रश्न 35) बर्फ निर्मितीमध्ये, बर्फाचे डबे .... पासून तयार केले जातात.

1) ॲल्युमिनियम

2) तांबे

3) पितळ

4) <u>गॅल्वनाइज्डस्टील</u>

Q 36) यापैकी कोणत्या कंप्रेसरची आंशिक लोड कार्यक्षमता खराब आहे

1) स्क्रोल कंप्रेसर

२) रेसिप्रोकेटिंग कंप्रेसर

3) स्क्रू कंप्रेसर

4) <u>केंद्रापसारककंप्रेसर</u>

Q 37) सामान्यतः वाफ, हानिकारक रसायने, संकुचित वायु प्रणालीतील गंध काढून टाकण्यासाठी वापरले जाणारे फिल्टर आहेत

1) हॉपकालाइट फिल्टर

2) निर्जंतुकीकरण फिल्टर

3) कोलेसिंग फिल्टर्स

4) <u>शोषणसक्रियकार्बनफिल्टर</u>

Q 38) तेल - मुक्त (स्नेहन नसलेले) कॉम्प्रेसर .... आहेत.

1) रेसिप्रोकेटिंग कॉम्प्रेसर

2) स्क्रू कंप्रेसर

3) <u>केंद्रापसारककंप्रेसर</u>

4) वरील सर्व

Q 39) वॉटर-कूल्ड कंडेन्सरची क्षमता नियंत्रित करण्यासाठी कोणती पद्धत वापरली जाते

1) कंडेन्सरमध्ये प्रवेश करणाऱ्या पाण्याचे तापमान बदलते

2) कंडेन्सर वॉटर पंपवर व्हेरिएबल-स्पीड ड्राइव्ह वापरा

3) कंडेनसरला बायपास करण्यासाठी डायव्हर्टिंग व्हॉल्व्ह आणि पाईप वापरा

4) <u>वरीलसर्व</u>

Q 40) एंथल्पीमध्ये जो बदल .... मध्ये होतो त्याला रेफ्रिजरेशन इफेक्ट म्हणतात.

1) कंप्रेसर

2) कंडेनसर

3) <u>बाष्पीभवक</u>

4) विस्तार साधन

Q 41) कंडेन्सरची उष्णता नाकारण्याची क्षमता खालील गोष्टींशिवाय प्रभावित होते

1) <u>कंडेन्सरवरजास्तीतजास्तदाबयेतो</u>

2) कंडेन्सरमधील कूलिंग मीडियाचा प्रवाह दर

3) रेफ्रिजरंट आणि कूलिंग मीडियामधील तापमान फरक

4) कंडेन्सरमध्ये रेफ्रिजरंटच्या प्रवाहाचा दर

Q 42) रेफ्रिजरंटचा प्रवाह दर जास्त असल्यास, तुम्ही कोणता कंप्रेसर निवडाल

1) रेसिप्रोकेटिंग कॉम्प्रेसर

2) <u>केंद्रापसारककंप्रेसर</u>

3) स्क्रू कंप्रेसर

4) रोटरी कॉम्प्रेसर

Q 43) कूलिंग टॉवरच्या कार्यक्षमतेवर या घटकांचा लक्षणीय परिणाम होतो, वगळता .....

1) दृष्टीकोन

2) ओले बल्ब तापमान

3) श्रेणी

4) <u>TDS</u>

Q 44) कूलिंग टॉवरच्या आत, संपर्क पृष्ठभाग आणि हवा आणि पाण्यामधील संपर्क वेळ वाढवण्यासाठी एक सामग्री जोडली जाते. या साहित्याला काय म्हणतात

1) घाला

2) पॅक

3) <u>भरा</u>

4) कोर

Q 45) विषाणू आणि बॅक्टेरियापासून मुक्त होण्यासाठी वापरले जाणारे जंतुनाशक आहेत

1) क्लोरीन आणि पाणी

2) क्लोरीनआणिओझोन

3) अतिनील प्रकाश आणि हवा

4) अतिनील प्रकाश आणि पाणी _

Q 46) लहान बाष्पीभवकांसाठी जेथे रेफ्रिजरंट वापरले जाते ते अमोनिया व्यतिरिक्त वापरले जाते.

1) स्टील

2) तांबे

3) पितळ

4) कांस्य

Q 47) कंडेन्सरचे पंख नळीने स्वच्छ करण्याची शिफारस का केली जात नाही

1) पाणीघाणचिखलातबदलेलजीसाफकरणेकठीणहोईल

२) पाण्यामुळे पंख लवकर गंजतात

3) रबरी नळी वापरणे वाईट नाही. शिफारस स्वीकारण्याची गरज नाही

4) रबरी नळी वापरल्याने पंखांना कोणतेही नुकसान होत नाही

Q 48) कंप्रेसरमध्ये प्रवेश करणाऱ्या रेफ्रिजरंटला किंचित गरम करणे का इष्ट आहे?

1) रेफ्रिजरंट तेल कंप्रेसर सोडण्यापासून रोखण्यासाठी

२) वाफ रेफ्रिजरंटला कंप्रेसरमध्ये प्रवेश करण्यापासून रोखण्यासाठी

3) कंप्रेसर उबदार ठेवण्यासाठी

4) द्रवरेफ्रिजरंटलाकंप्रेसरमध्येप्रवेशकरण्यापासूनरोखण्यासाठी

Q 50) HVAC प्रणालीचा उद्देश नियंत्रण .... आहे.

1) फक्ततापमानआणिआर्द्रता

२) बाहेरील हवेचा पुरवठा

3) व्यापलेल्या जागेत हवा गाळण्याची प्रक्रिया आणि त्याची हालचाल

4) वरील सर्व

प्र 52) उष्णतेच्या भाराच्या गणनेनुसार, AC II टियर रेल्वे कोचचा भार सुमारे .... आहे.

1) 4 टन

2) 14 टन

3) 12 टन

4) 16 टन

Q 53) ऑटोमोटिव्ह एअर कंडिशनिंगमध्ये कोणते रेफ्रिजरंट वापरले जाते

1) अमोनिया

2) कार्बन डायऑक्साइड

3) फ्रीऑन

4) समुद्र

Q 54) V बेल्ट असलेल्या वाहनावर, AC कंट्रोल स्विच चालू किंवा बंद स्थितीत असताना प्रवेग करताना मधूनमधून सिक्वेलिंग आवाज ऐकू येतो. या समस्येचे सर्वात संभाव्य कारण आहे

1) एकसैलपॉवरस्टीयरिंगबेल्ट

२) एक सैल एसी कंप्रेसर बेल्ट

3) सैल एअर पंप बेल्ट

4) एक जीर्ण एसी कॉम्प्रेसर पुली बेअरिंग

Q 55) दुय्यम रेफ्रिजरंट नेहमी .... मध्ये वापरले जाते.

1) घरगुती रेफ्रिजरेटर

2) बर्फवनस्पती

3) डीप फ्रीजर

4) वॉटर कुलर

Q 56) शीतगृहातील सर्वात सामान्य इन्सुलेट सामग्री .... आहे.

1) PUF

२) थर्मोकोल

3) कॉर्क

4) काचेचे लोकर

Q 57) हवा वाहून नेण्यासाठी कमीत कमी साहित्याची आवश्यकता असलेल्या डक्टचा प्रकार .... आहे.

1) चौरस

2) आयताकृती

3) परिपत्रक

4) ट्रॅपेझॉइडल

Q 58) ______________ चिन्हे त्रिकोणी आकाराची असतात.

1) चेतावणी

2) माहितीपूर्ण

3) अनिवार्य

4) प्रतिबंधात्मक

Q 59) 1 टन रेफ्रिजरेशन शक्तीच्या ____________ सारखे असते.

1) 3.52 kW

2) 1.05 kW

3) 211 kW

4) 232 kW

Q 60) यापैकी कोणते वाष्प शोषण प्रशीतन प्रणालीमध्ये, अमोनिया वाष्पाचे द्रव अमोनियामध्ये रूपांतर करते

1) कंडेनसर

2) बाष्पीभवक

3) शोषक

4) विश्लेषक

Q 61) ______________ रेफ्रिजरेशन कॅबिनेटमधील तापमान नियंत्रित करते.

1) थर्मोस्टॅटस्विच

२) स्प्लिट फेज मोटर

3) रिले

4) ओव्हरलोड संरक्षक

Q 63) कंप्रेसरच्या यापैकी कोणत्या क्षमता नियंत्रण पद्धतीला सिलेंडर अनलोडर असेही म्हणतात

1) एकाधिकयुनिट्सचावापर

२) स्पीड मॉड्युलेशन

3) गरम गॅस बायपास

4) ऑन ऑफ कंट्रोल

Q 65) वातावरणातील कोरड्या हवेच्या एक किलोग्रॅममध्ये असलेल्या पाण्याच्या वाफेचे प्रमाण __ म्हणतात.

1) विशिष्टआर्द्रता

2) हवा संपृक्तता

3) आर्द्र बिंदू

4) कोरडे वस्तुमान

प्र 66) जेव्हा हवा संतृप्त अवस्थेत असते, तेव्हा ओल्या बल्बच्या उदासीनतेचे मूल्य ________ असते

१) शून्य

2) नकारात्मक

3) कमाल

4) एकता

प्रश्न 67) मानवी आराम राखण्यासाठी, हवेच्या स्तरीकरणाचे मूल्य __________ ठेवले पाहिजे

1) किमान

२) कमाल

3) अनंत

4) नकारात्मक

Q 68) खालीलपैकी कोणते तथ्य कठोर डक्टबद्दल असत्य आहे

1) लवचिक

२) महाग

3) भारी

4) जलरोधक

प्र 70) सेन्सिबल उष्णता भार हे सेन्सिबल लोडचे उत्पादन आहे, ____________ आणि ______________

1) उष्णतासंप्रेषणघटक, तापमान

२) सुप्त उष्णता, तापमान

3) तापमानातील फरक, वस्तुमान

4) उष्णता प्रेषण घटक, वस्तुमान

1]चुकीचे विधान उचला] रेफ्रिजरंट असणे आवश्यक आहे

(a) द्रवाची विशिष्ट उष्णता

(b) उच्चउत्कलनबिंदू

(c) बाष्पीकरणाची उच्च सुप्त उष्णता

(d) उच्च गंभीर तापमान

Q 2) स्थिर दाबावर, वायूच्या तापमानाप्रमाणे आवाज बदलतो. हे विधान आहे......

1) बॉयलचा कायदा

२) चार्ल्सलॉ

3) जौल-थॉम्पसन प्रभाव

4) डाल्टनचा कायदा

प्र 3) एक टन रेफ्रिजरेशन = ...

1) 45.5 kcal मि.

2) 50.4 kcal मि.

3) 44.5 kcal मि.

4) 66.5 kcal मि

Q 4) पदार्थाच्या एकक वस्तुमानाचे तापमान 1 अंश सेल्सिअस पर्यंत वाढवण्यासाठी लागणाऱ्या उष्णतेचे प्रमाण.... म्हणतात.

1) विशिष्टउष्णता

२) संवेदनशील उष्णता

3) सुप्त उष्णता

4) सुपरहिट

Q 5) हवेची सापेक्ष आर्द्रता 100% असल्यास, बाष्पीभवनाचा दर ..... असेल.

1) उच्च

२) मध्यम

3) कमी

4) <u>शून्य</u>

प्र 6) केशिका नळी हे एक उपकरण आहे जे ....

1) रेफ्रिजरंटद्वारे वाहून नेलेली उष्णता काढून टाकते

२) <u>रेफ्रिजरंटलामीटर</u>

3) अतिरिक्त द्रव रेफ्रिजरंटसाठी जलाशय म्हणून कार्य करते

४) रेफ्रिजरंट पंप करते

प्र 7) रेफ्रिजरेशन सिस्टमचे हृदय .... आहे.

1) लिक्विड रिसीव्हर

2) थर्मोस्टॅट

3) <u>कंप्रेसर</u>

4) बाष्पीभवक

प्र 8) लिक्विड रेफ्रिजरंटमधील आर्द्रता काढून टाकण्यासाठी वापरल्या जाणाऱ्या ड्रायरला ...... चार्ज केले जाते.

1) <u>सिलिकाजेल</u>

2) कॅल्शियम कार्बाइड

3) क्ले शोषक

4) इथिलीन शोषक

प्र 9) यापैकी कोणता समुद्र नाही

1) सोडियम क्लोराईड

2) कॅल्शियम क्लोराईड

3) इथिलीन ग्लायकोल

4) <u>वरीलपैकीकाहीहीनाही</u>

प्र 10) मायक्रोमीटरमध्ये 0.02 मिमीची सकारात्मक त्रुटी आहे. जर ते 25.41 मिमी वाचत असेल, तर बरोबर वाचन आहे .....

1) <u>25.39 मिमी</u>

2) 25.37 मिमी

3) 25.43 मिमी

4) 25.45 मिमी

Q 12) शीट मेटलची जाडी .... नावाच्या संख्यांच्या मालिकेद्वारे दर्शविली जाते.

1) मानक आकार

2) संख्या आकार

3) गेज

4) सामान्य आकार

प्र 13) वेल्डिंग इलेक्ट्रोड कोटिंगचे एक कार्य म्हणजे ....

1) वेल्डिंग करंट वाढवा

2) चापस्थिरकरा

3) गंजणे प्रतिबंधित करा

4) चाप तापमान नियंत्रित करा

प्रश्न 15) घरगुती रेफ्रिजरेटरचा बटर कंपार्टमेंट सामान्यतः स्थित असतो ......

1) कॅबिनेटच्या शीर्षस्थानी

2) कॅबिनेटच्या तळाशी

3) मध्यवर्ती उंचीवर

4) दारात

Q 16) बाष्पीभवनामध्ये बाष्पीभवन प्रक्रिया होते, ज्यामुळे .....

1) उष्णता जोडली जाते

२) उष्णतादूरहोते

3) दाब वाढतो

4) दाब कमी होतो

प्र 17) स्निप म्हणजे ....

1) मोजण्याचे साधन

२) मार्किंग टूल

3) कापण्याचेसाधन

4) सहाय्यक साधन

प्र 18) वारंवारतेचे एकक .... आहे.

1) महो

2) कुलॉम्ब

3) हर्ट्झ

4) टेस्ला

प्र 19) रेफ्रिजरेटरमध्ये वापरलेला कंप्रेसर .... आहे.

1) हर्मेटिकलीसीलबंदरेसिप्रोकेटिंगकॉम्प्रेसर

2) अर्ध-हर्मेटिकली सीलबंद रेसिप्रोकेटिंग कॉम्प्रेसर

3) ओपन टाइप कॉम्प्रेसर

4) केंद्रापसारक कंप्रेसर

प्रश्न 20) घरगुती रेफ्रिजरेटर .... वर काम करतो.

1) बाष्पसंक्षेपचक्र
2) बाष्प शोषण चक्र
3) ओटो सायकल
4) बाष्प संक्षेप किंवा वाष्प शोषण चक्र
प्रश्न २१) कोणते अधिक कार्यक्षम आहे - वॉटर कूल्ड किंवा एअर कूल्ड कंडेन्सर
1) हवा थंड
२) पाणीथंडझाले
3) दोन्ही समान कार्यक्षम आहेत
4) कोणतीही एक दुसऱ्यापेक्षा अधिक कार्यक्षम असू शकते
Q 22) ही इन्सुलेट सामग्रीची इष्ट गुणधर्म नाही.
1) पाण्याचा प्रतिकार
2) उच्चथर्मलचालकता
3) ज्वलनशील नाही
4) वजनाने हलके
प्र 23) विंडो एअर कंडिशनरच्या वापराविरुद्धच्या तक्रारींपैकी एक म्हणजे ती ....
1) महाग
2) स्थापित करणे कठीण
3) देखभाल करणे कठीण
4) गोंगाटकरणारा
Q 24) यापैकी कोणता स्प्लिट एअर कंडिशनरच्या बाहेरील युनिटचा भाग नाही
1) बाष्पीभवककॉइल
2) कंडेनसर कॉइल
3) कंप्रेसर
4) विस्तार कॉइल
प्र 25) रेफ्रिजरेशन सायकलमध्ये, रेफ्रिजरंटद्वारे उष्णता .... येथे नाकारली जाते.
1) कंडेनसर
2) बाष्पीभवक
3) कंप्रेसर
4) विस्तार झडप
Q 26) यापैकी कोणता अर्धवाहक आहे
1) सोने
२) शिसे
3) सिलिकॉन

4) प्लास्टिक

प्र 27) कूलिंग टॉवरमधील कूलिंग इफेक्ट .... ने वाढवता येतो.

1) ओल्या पृष्ठभागावर हवेचा वाढता वेग

2) बॅरोमेट्रिक दाब कमी करणे

3) हवेतील आर्द्रता कमी करणे

4) वरीलसर्व

Q 28) CRO देते ....

1) वास्तविक प्रतिनिधित्व

2) व्हिज्युअलप्रतिनिधित्व

3) अंदाजे प्रतिनिधित्व

4) चुकीचे प्रतिनिधित्व

प्र 29) इंटिग्रेटेड सर्किट्स साधारणपणे .... बनतात.

1) सिलिकॉन

2) जर्मेनियम

3) तांबे

4) ॲल्युमिनियम

Q 30) IC मधील सक्रिय घटक .... आहेत.

1) प्रतिरोधक

2) कॅपेसिटर

3) ट्रान्झिस्टरआणिडायोड

4) वरीलपैकी काहीही नाही

2]मानक बर्फ बिंदू तापमान तापमानाशी संबंधित आहे

(a) 0°C वर पाणी

(b) 4°C वर बर्फ

(c) घन आणि कोरडा बर्फ

(इ) समतोलस्थितीतबर्फआणिपाण्याचेमिश्रण]

3]वाष्प कॉम्प्रेशन रेफ्रिजरेशन काहीसे आवडते

(a) कार्नोट सायकल

(b) रँकाइन सायकल

(c) उलट कॅमोट सायकल

(इ) वरीलपैकीकाहीहीनाही]

4] खालीलपैकी कोणते चक्र हवेचा वापर रेफ्रिजरंट म्हणून करते

(a) एरिक्सन

(b) स्टर्लिंग

(c) कार्नोट
(d) बेलकोलमन
5]अमोनिया शोषण रेफ्रिजरेशन सायकल आवश्यक आहे
(a) खूपकमीकामइनपुट
(b) कमाल काम इनपुट
(c) बाष्प कम्प्रेशन सायकलसाठी जवळजवळ समान कार्य इनपुट
(d) शून्य कार्य इनपुट
6]रेफ्रिजरेशनच्या शोषण प्रणालीचे एक महत्त्वाचे वैशिष्ट्य आहे
(a) गोंगाट करणारे ऑपरेशन
(b) शांतऑपरेशन
(c) ०°C च्या खाली थंड होणे
(d) खूप कमी वीज वापर
8]क्लेपीरॉन समीकरण हे यांच्यातील संबंध आहे
(a) तापमान, दाब आणि एन्थाल्पी
(b) विशिष्ट व्हॉल्यूम आणि एन्थाल्पी
(c) तापमान आणि एन्थाल्पी
(ई) तापमान, दाब, विशिष्टव्होलूरआणि 'एंथॅल्पी]
19]क्लेपेरॉन समीकरण येथे नोंदणीसाठी लागू आहे
(a) बाष्पाचासंपृक्ततताबिंदू
(b) द्रवाचा संपृक्तता बिंदू
(c) उदात्तीकरण तापमान
(d) तिहेरी बिंदू
(ई) गंभीर मुद्दा]
10] वाष्प संपीडन चक्रात, रेफ्रिजरंटची कंडीटी ही संतृप्त द्रव असते
(a) कंडेन्सरमधूनगेल्यानंतर
(b) कंडेन्सीमधून जाण्यापूर्वी
(c)विस्तार थ्रॉटल व्हॉल्व्हमधून गेल्यानंतर
(d)विस्तार वाल्वमध्ये प्रवेश करण्यापूर्वी
11] वाष्प संक्षेप चक्रात, रेफ्रिजरंटची स्थिती अतिशय ओले वाफ असते
(a) कंडेन्सरमधून गेल्यानंतर
(b) कंडेन्सरमधून जाण्यापूर्वी
(c)विस्तार किंवा थ्रॉटल व्हॉल्व्हमधून गेल्यानंतर
(ई) कंप्रेसरमध्येप्रवेशकरण्यापूर्वी]
12] बाष्प कम्प्रेशन सायकलमध्ये, रेफ्रिजरंटची स्थिती उच्च दाब संतृप्त द्रव असते

(a) कंडेन्सरमधून गेल्यानंतर

(b) कंडेन्सरमधून जाण्यापूर्वी

(c)विस्तार किंवा थिओटल व्हॉल्व्हमधून गेल्यानंतर

(d) विस्तारवाल्वमध्येप्रवेशकरण्यापूर्वी

13] वाष्प कम्प्रेशन सायकलमध्ये रेफ्रिजरंटची स्थिती सुपरहिटेड वाफ असते

(a) कंडेन्सरमधून गेल्यानंतर

(b) कंडेन्सरमधूनजाण्यापूर्वी

(c)विस्तार किंवा थ्रॉटल व्हॉल्व्हमधून गेल्यानंतर

(d) [विस्तार वाल्वमध्ये प्रवेश करण्यापूर्वी

14] वाष्प संक्षेप चक्रात रेफ्रिजरंटची स्थिती कोरडी संतृप्त वाफ असते

(a) कंडेन्सरमधून गेल्यानंतर

(b) कंडेन्सरमधून जाण्यापूर्वी

(c)विस्तार किंवा थ्रॉटल व्हॉल्व्हमधून गेल्यानंतर

(ई) कंप्रेसरमध्येप्रवेशकरण्यापूर्वी]

15] अमोनियाचा उत्कलन बिंदू आहे

(a)100°C

(b)50°C

(c) ३३]३°से

(d)0°C

(e)33]3°C]

16] एक टन रेफ्रिजरेशन हे 1000 किलो बर्फ वितळण्याशी संबंधित रेफ्रिजरेशन प्रभावाच्या बरोबरीचे असते

(a) 1 तासात

(b) 1 मिनिटात

(c) २४तासांत

(d) 12 तासांत

17] एक टन रेफ्रिजरेटिकन शी संबंधित आहे

(a) 50 kcal/min

(b) 50 kcal/kr

(c) 80 kcal/min

(d) 80 kcal/तास

18] S]J] युनिटमध्ये, एक टन रेफ्रिजरेशन समान आहे

(a) 210 kJ/min

(b) 21 kJ/min

(c) 420 kJ/मिनिट

(d) 840 kJ/min

19]वाष्प कम्प्रेशन रेफ्रिजरेटर खालील cycie नियुक्त करते

(a) Rankine

(b) कार्नोट

(c) उलट रँकाईन

(इ) <u>रिव्हर्स्डकार्नोट]</u>

20]उच्च दाबाच्या बाजूवर किंवा अमोनिया शोषण प्रणालीवर परवानगीयोग्य दाब क्रमाने आहे

(a) वातावरणाचा दाब

(b) वातावरणाच्या दाबापेक्षा किंचित जास्त

(c) 24 बार

(d) <u>56 बार</u>

21] रेफ्रिजरंटमधील ओलावा काढून टाकला जातो

(a) बाष्पीभवक

(b) सुरक्षा आराम झडप

(c) डिह्युमिडिफायर

(d) <u>वाळवणारे</u>

प्र 31) पाण्याची तात्पुरती कडकपणा .... द्वारे काढून टाकली जाते.

1) फिल्टरिंग

2) <u>उकळणे</u>

3) रासायनिक उपचार

4) वरीलपैकी काहीही नाही

Q 32) नैसर्गिक मसुदा कुलिंग टॉवर्स प्रामुख्याने .... मध्ये वापरले जातात.

1) स्टील प्लांट

२) <u>पॉवरस्टेशन्स</u>

3) खत वनस्पती

4) ॲल्युमिनिअम निर्मिती संयंत्रे

Q 33) मोठ्या वस्तू काढून टाकण्यासाठी पाण्याच्या पूर्व-उपचारात काय वापरले जाते

१) बॅक्टेरिया

२) तेल आणि वंगण

3) हवा

4) <u>स्क्रीन</u>

प्र 34) बाष्पीभवनामध्ये रेफ्रिजरंट .... वाजता प्रवेश करतो.

1) <u>खूपकमीदाब</u>

२) कमी दाब

3) मध्यम दाब

4) उच्च दाब

Q 35) मोठ्या रेफ्रिजरेशन आणि सेंट्रल एअर कंडिशनिंग सिस्टममध्ये वापरल्या जाणाऱ्या बाष्पीभवनाचा प्रकार आहे

1) शेलआणिट्यूबबाष्पीभवक

2) फिनन्ड बाष्पीभवक

3) प्लेट पृष्ठभाग बाष्पीभवक

4) बेअर ट्यूब बाष्पीभवक

प्र 36) बर्फाचे डबे उंचीने कमी का केले जातात?

१) वजन कमी करण्यासाठी

2) डंपिंगचीसोयकरणे

3) देखावा सुधारण्यासाठी

4) फॅब्रिकेशन सोपे करण्यासाठी

Q 37) सापेक्ष आर्द्रता मोजण्यासाठी वापरलेले साधन .... आहे.

1) बॅरोमीटर

२) सायक्रोमीटर

3) मॅनोमीटर

4) दाब मापक

Q 38) यांत्रिक रेफ्रिजरेशन युनिटच्या उच्च दाब बाजूच्या दाबाला म्हणतात

1) सक्शन प्रेशर

2) डिस्चार्जकिंवाडोकेदाब

3) विभेदक दाब _

4) पूर्ण दाब _

Q 42) ड्राय बल्ब तापमान (DBT) हे .... चे वास्तविक तापमान आहे.

१) ओलसरहवा

२) कोरडी हवा

3) कोरडा बर्फ

4) संतृप्त हवा

Q 43) AHU म्हणजे ....

1) एअरहँडलिंगयुनिट

2) एअर हीटिंग युनिट

3) एअर आर्द्रीकरण युनिट

4) यापैकी नाही

Q 44) रेफ्रिजरेशन वैद्यकीय उद्योगात ____________ साठी वापरले जाते

1) रक्तसाठवणे

२) पेट्रोलियम शुद्धीकरण

3) बर्फाचे उत्पादन

4) रॉकेट इंधनाचे उत्पादन

Q 46) सर्व्हिस व्हॉल्व्ह उघडण्यासाठी आणि बंद करण्यासाठी खालीलपैकी कोणते साधन वापरले जाते

1) दंडगोलाकारझडपकी

2) पिंचिंग टूल

3) पंच सेट

4) स्वॅगिंग टूल

Q 47) ____________ हे धातूचा पृष्ठभाग गुळगुळीत करण्यासाठी वापरण्यात येणारे कटिंग टूल आहे.

1) फाइल

2) हॅकसॉ

3) लेखक

4) ट्रॅमेल

Q 48) लाकडात खोल छिद्र पाडण्यासाठी यापैकी कोणता वापर केला जातो

1) गिमलेट

२) भागभांडवल

3) स्नॅप

4) मॅलेट

Q 49) खालीलपैकी कोणते उपकरण सर्किटमधील विद्युत प्रवाह मोजते

1) Ammeter

2) वॅटमीटर

3) व्होल्टमीटर

4) वॅट-तास मीटर

Q 50) ____________ हे इन्सुलेटर नाही.

1) युरेका

2) एस्बेस्टोस

3) इबोनाइट

4) काच

प्र ५१) प्रतिबाधाचे एकक ________________ आहे.

1) ओम

२) ओम-मीटर

3) हेन्री

4) फराद

Q 52) युनिव्हर्सल एसी मोटर __________ टॉर्क प्रदान करते आणि ____________ वेगाने चालते.

1) उच्च, उच्च

2) उच्च, कमी

3) कमी, उच्च

4) कमी, कमी

Q 53) खालीलपैकी कोणत्या ठिकाणी स्लिप रिंग मोटर्स वापरल्या जातात 1. प्लॅनर 2. क्रेन 3. लेथ 4. ग्राइंडर स्लॉटर खालील कोडमधून योग्य उत्तर निवडा.

1) 1,2

२) २,३

३) १,२,३

४) २,४

Q 54) _____________ हे प्रामुख्याने कंप्रेसरमध्ये वापरले जाते.

1) कॅपेसिटरस्टार्टकॅपेसिटररनमोटर

2) हिस्टेरेसिस मोटर

3) छायांकित पोल इंडक्शन मोटर

4) रिपल्शन मोटर _

Q 55) P-प्रकार सेमीकंडक्टर जर्मेनियमसह _____________ जोडून बनवता येत नाही.

1) आर्सेनिक

2) इंडियम

3) गॅलियम

4) बोरॉन

Q 56) लेझर डायोड _____________ मध्ये त्याचा उपयोग शोधतो

1) फायबरॲम्प्लिफायर

2) दूरदर्शन रिसीव्हर

3) रिमोट कंट्रोल्स

4) फोटो कंडक्टर

Q 58) रेफ्रिजरेशनसाठी वापरल्या जाणाऱ्या मशीनमध्ये चार्जर म्हणून यापैकी कोणता वापरला जातो

1) रेफ्रिजरंटअडॅप्टर

२) चार्जिंग मीटर

3) व्हॅक्यूम पंप

4) कंप्रेसर ऑइल चार्जिंग पंप

Q 59) वाष्प शोषण रेफ्रिजरेशनमध्ये, ______________ हे रेफ्रिजरेशनसाठी वापरले जाते.

1) उष्णताऊर्जा

2) यांत्रिक ऊर्जा

3) संभाव्य ऊर्जा

4) रासायनिक ऊर्जा

प्र 61) कॉम्प्रेसरचे कॉम्प्रेशन पद्धतीनुसार ____________ असे वर्गीकरण करता येत नाही.

1) मल्टीस्टेजकंप्रेसर

२) रेसिप्रोकेटिंग कंप्रेसर

3) फिरणारा कंप्रेसर

4) केंद्रापसारक कंप्रेसर

22]कंडेन्सेबल वायूंच्या उपस्थितीमुळे कंडेन्सिंग प्रेशर, ज्याच्या तुलनेत कंडेन्सिंग प्रेशर नॉन कंडेन्सेबल वायूंशिवाय,

(a) जास्तअसेल

(b) कमी असेल

(c) अप्रभावित राहील

(d) नॉन कंडेन्सेबल वायूंच्या स्वरूपावर अवलंबून जास्त किंवा कमी असू शकतात

23] द्रवाचा गंभीर दाब म्हणजे दाब

(a) ज्याच्यावरद्रवद्रवराहील

(b) ज्याच्या वर द्रव वायू बनतो

(c) ज्याच्या वर द्रव वाफ बनतो

(d) ज्याच्या वर द्रव घन होतो

24]महत्वपूर्ण तापमान म्हणजे' ज्याच्या वरचे तापमान

(a) गॅसकधीहीद्रवहोतनाही

(b) गॅस लगेच द्रवरूप होईल

(c) पाण्याचे बाष्पीभवन होईल

(d) पाण्याचे कधीही बाष्पीभवन होणार नाही

25] रेफ्रिजरेटरसाठी रेफ्रिजरंट असणे आवश्यक आहे

(a) उच्च संवेदनशील उष्णता

(b) उच्च एकूण उष्णता द्रव

(c) उच्चगुप्तउष्णता

(d) कमी सुप्त उष्णता

26] घरगुती रेफ्रिजरेटरचे रेटिंग क्रमाने आहे

(a) 0]1 टन

(b) 5 टन

(c) 10 टन

(d)40 टन

27]घरगुती रेफ्रिजरेटरची COP

(a) 1 पेक्षा कमी आहे

(b) 1 पेक्षाजास्तआहे

(c) 1 च्या बरोबरीचे आहे

(d) बनविण्यावर अवलंबून आहे

28]घरगुती रेफ्रिजरेटर खालील प्रकारचे कंप्रेसर वापरतो

(a) केंद्रापसारक

(b)अक्षीय

(c) लघु सीलबंद युनिट

(d) पिस्टनप्रकारपरस्पर

29] रेफ्रिजरंटमध्ये आर्द्रतेच्या उपस्थितीचा परिणाम होतो

(a) कंप्रेसर

(b) कंडेन्सर

(c) बाष्पीभवक

(d) विस्तारझडप]

30]विमानातील रेफ्रिजरेशनमध्ये सहसा खालील रेफ्रिजरंट वापरतात

(a) Co2

(b)Freon11

(c) फ्रीऑन22

(d) हवा

31]वाष्प कम्प्रेशन सायकलवर काम करणारे घरगुती रेफ्रिजरेटर खालील प्रकारचे विस्तार उपकरण वापरते

(a) इलेक्ट्रिकली ऑपरेटेड थ्रॉटलिंग व्हॉल्व्ह

(b) स्वहस्ते चालवलेला झडप

(c) थर्मोस्टॅटिक वाल्व

(d) केशिकानळी

32]एअर रेफ्रिजरेशन चालू आहे

(a) कार्नोट सायकल

(b) रिव्हर्स्ड कार्नोट सायकल

(c) रँकाइन सायकल

(इ) <u>ब्रेटनसायकल</u>]

33]एअर रेफ्रिजरेशन सायकल मध्ये वापरली जाते

(a) घरगुती रेफ्रिजरेटर

(b) व्यावसायिक रेफ्रिजरेटर्स

(c) वातानुकूलन

(d) <u>वायूद्रवीकरण</u>

34]वाष्प कम्प्रेशन सायकलमध्ये, विस्तार झडपानंतर लगेच रेफ्रिजरंट

(a) द्रव

(b) सबकुल्ड द्रव

(c) संतृप्त द्रव

(d) <u>ओलेवाफ</u>

35] रेफ्रिजरंटचा बाष्प दाब असावा

(a) वायुमंडलीय दाबापेक्षा कमी

(b) <u>वातावरणीयदाबापेक्षाजास्त</u>

(c) वातावरणाच्या बरोबरीचे

(d) काहीही असू शकते

36]रेफ्रिजरेटरच्या चांगल्या COP साठी, बाष्पीभवन आणि कंडेन्सरमधील तापमानाशी संबंधित दाब श्रेणी असणे आवश्यक आहे

(a) <u>लहान</u>

(b)उच्च

(c)युकल

(d) काहीही

37]घरगुती रेफ्रिजरेटरच्या मागील बाजूस ट्यूब ऑफ बँक आहेत

(a) <u>कंडेन्सरट्यूब</u>

(b) बाष्पीभवक नळ्या

(c) रेफ्रिजरंट कूलिंग ट्यूब

(d) केशिका नळ्या

38]वाष्प कम्प्रेशन सायकलमध्ये उच्च तापमान येथे होते

(a) प्राप्तकर्ता

(b) विस्तार झडप

(c) बाष्पीभवक

(ई) <u>कंप्रेसरडिस्चार्ज</u>]

39]रेफ्रिजरेशन सायकलमध्ये सर्वाधिक तापमान आले पाहिजे

(a) रेफ्रिजरंटच्या गंभीर तापमानाजवळ

(b) गंभीर तापमानाच्या वर

(c) क्रिटिका] तापमानात

(d) गंभीरतापमानापेक्षाखूपचखाली

40]रेफ्रिजरेटरमध्ये, कंडेन्सर आणि फ्लो कंट्रोलिंग डिव्हाइसमध्ये द्रव रिसीव्हर आवश्यक आहे, जर रेफ्रिजरंट फॉरसिस्टमचे प्रमाण असेल

(a) 2 किलोपेक्षा कमी

(b) 3] 65 किलोपेक्षाजास्तकिंवासमान

(c) 10 किलोपेक्षा जास्त

(d) असा कोणताही विचार नाही

प्र 62) रेसिप्रोकेटिंग कॉम्प्रेसरच्या तुलनेत सेंट्रीफ्यूगल कंप्रेसरची कार्यक्षमता किती आहे

1) उच्च

2) कमी

3) समान

4) कमी किंवा समान

Q 63) खालीलपैकी कोणते कॉम्प्रेसर प्रामुख्याने रेफ्रिजरंट द्रवपदार्थासाठी सर्वात योग्य मानले जातात

1) स्क्रोलकंप्रेसर

2) हर्मेटिकली सीलबंद कंप्रेसर

3) स्वॅश प्लेट कॉम्प्रेसर

4) वॉबल प्लेट कॉम्प्रेसर

Q 64) ओले कॉम्प्रेशन____________ कॉम्प्रेसरची कार्यक्षमता.

1) वाढते

२) कमीहोते

3) अर्धे

4) वर कोणताही परिणाम होत नाही

Q 65) वॉटर कूल्ड कंडेन्सर्समध्ये एअर कूल्ड कंडेन्सरच्या तुलनेत ____________ उष्णता हस्तांतरण दर असतो.

1) उच्च

2) कमी

3) समान

4) कमी किंवा समान

प्र 66) यापैकी कोणते टाकीच्या आकाराचे उपकरण रेफ्रिजरेशनमध्ये लिक्विड रेफ्रिजरंट साठवण्यासाठी वापरले जाते

1) <u>लिक्विडरिसीव्हर</u>

2) कंडेनसर

3) कंप्रेसर ऑइल चार्जिंग पंप

4) बाष्पीभवक

प्र 67) कंप्रेसर रेफ्रिजरंटला उच्च दाबावर ____________ करण्यासाठी दाबतो

1) <u>तापमानवाढवा</u>

२) रेफ्रिजरंट गरम करा

3) तापमान कमी करा

४) रेफ्रिजरंट कंडेन्स करा

प्र 68) ______________ कंडेन्सरमध्ये हवा आणि पाणी दोन्ही शीतलक माध्यम म्हणून वापरले जातात.

1) <u>बाष्पीभवन</u>

2) शेल आणि ट्यूब

3) शेल आणि कॉइल

4) हवा थंड

Q 69) प्लेट पृष्ठभाग बाष्पीभवक ___________ मध्ये वापरले जात नाहीत

1) <u>अन्नप्रक्रियाउद्योग</u>

२) आईस्क्रीम कॅबिनेट -

3) घरगुती रेफ्रिजरेटर

4) फ्रीजर

Q 70) बाष्पीभवनातून मिळवलेल्या रेफ्रिजरंटमध्ये द्रव रेफ्रिजरंटचे प्रमाण कंडेन्सरमध्ये जाण्यापासून रोखण्यासाठी, ___________ बाष्पीभवक आणि कंप्रेसरमध्ये जोडलेले आहे.

1) <u>संचयक</u>

2) सुपरहीटर

3) बाटली कुलर

4) वॉटर कूलर

प्र 71) रिव्हर्स सायकल डीफ्रॉस्टिंगमध्ये, बाष्पीभवक ____________ सारखे कार्य करते.

1) <u>कंडेनसर</u>

2) बाष्पीभवक स्वतः

3) विस्तार झडप

4) संचयक

Q 72) स्वयंचलित विस्तार झडपा त्यांचा अनुप्रयोग कोठे शोधतात

1) <u>घरगुतीरेफ्रिजरेटरमध्ये</u>

2) अन्न प्रक्रिया युनिटमध्ये

3) एअर कंडिशनरमध्ये

4) आईस्क्रीम वनस्पतींमध्ये

Q 73) केशिका नळीचा दाब बदलणे हा केशिका नळीचा व्यास __________ आहे.

1) थेट प्रमाणात

2) <u>च्याव्यस्तप्रमाणात</u>

3) च्या वर्गाच्या थेट प्रमाणात

4) च्या वर्गाच्या व्यस्त प्रमाणात

Q 74) खालीलपैकी कोणते एअर कंडिशनिंग सिस्टममधील रेफ्रिजरंटमधून ओलावा काढून टाकते?

1) <u>कोरडे</u>

2) विस्तार झडप

3) कंडेनसर

4) केशिका नलिका

Q 75) यापैकी कोणते दुय्यम रेफ्रिजरंट आहे

1) <u>समुद्र</u>

२) अमोनिया

3) फ्रीॉन

4) मिथाइल क्लोराईड

Q 76) Freon-12 चे रासायनिक सूत्र _______________ आहे.

1) <u>CCl2F2</u>

2) CF2

3) CCl2

4) CCl4

प्र 77) मिथेन (CH4) साठी रेफ्रिजरंट चिन्ह ______________ आहे

1) <u>R-50</u>

2) आर-14

3) आर-11

4) आर-240

Q 78) ____________ हा गोठविरोधक पदार्थ नाही. ______________

1) <u>मिथिलीनक्लोराईड</u>

२) मिथाइल अल्कोहोल

3) इथिलीन ग्लायकोल

4) ग्लिसरीन

प्र 79) रेफ्रिजरेशनमध्ये वापरल्या जाणाऱ्या यापैकी कोणत्या थर्मल इन्सुलेशनची घनता सर्वाधिक आहे

1) <u>कॅल्शियमसिलिकेट</u>

२) कापूस

3) दाणेदार

4) लोकर

Q 80) ____________ हे डक्ट सिस्टीममधील हवेच्या दिशेने मार्गदर्शन करण्यासाठी डिझाइन केलेले आउटलेट ग्रिल आहे.

1) <u>डिफ्यूझर</u>

२) इजेक्टर

3) नोंदणी करा

4) कनवर्टर

Q 81) ऑटोमोटिव्ह वाहनांमध्ये वापरले जाणारे मुक्त चाक ____________ म्हणून देखील ओळखले जाते

1) <u>ओव्हररनिंगक्लच</u>

2) रनिंग क्लथ अंतर्गत

3) चुंबकीय क्लच

4) स्वयंचलित क्लच

Q 82) कार AC मध्ये, कंप्रेसर __________ शी जोडलेला असतो.

1) <u>इंजिन</u>

२) क्लच

3) चेसिस

4) चाके

Q 83) जर स्प्लिट एसी अपुरी हवा थंड करत असेल तर दिलेल्यापैकी कोणते कारण शक्य आहे?

1) <u>एअरफिल्टरगलिच्छआहे</u>

2) टाइमर सेटिंग बदलली आहे

3) मुख्य पुरवठा सदोष आहे

4) बाह्य तापमान कमी आहे

Q 84) __________ एअर कंडिशनिंग सिस्टममध्ये दाब आणि व्हॅक्यूम मोजतो.

1) <u>कंपाऊंडगेज</u>

2) व्हॅक्यूम गेज

3) टॅकोमीटर

4) दाब मापक

Q 85) विंडो एअर कंडिशनरमध्ये, __________ बाष्पीभवक वापरला जातो.

1) पंखप्रकार

2) कॉइल प्रकार

3) सर्पिल

4) डक्ट-प्रकार

प्र 86) रेफ्रिजरेशन सिस्टीमच्या कॉम्प्रेसरमध्ये नुकसान झाल्यास आणि ड्रायर इत्यादीमध्ये अडथळा आल्यास, ___________ केले जाते.

1) रेट्रोफिटिंग

२) सक्शन

3) इन्सुलेशन

4) विस्तार

Q 87) यापैकी कोणते प्रमाण आर्द्र तापमान आणि वास्तविक द्रव शीतक तापमान यांच्यातील फरक आहे

1) उप-कूलिंग

2) सुपरहिटिंग

3) बाष्पीभवन

4) संक्षेपण

Q 88) विस्तार झडप बाष्पीभवकातील ______________________ नियंत्रित करते.

1) रेफ्रिजरंटचेप्रमाण

2) प्रणालीचे तापमान

३) रेफ्रिजरंटचे तापमान

4) प्रणालीचा दाब

प्र ८९) स्क्रू कंप्रेसरचा जो भाग रोटरला जोडलेला असतो त्याला ____________ म्हणतात.

1) गृहनिर्माण

२) चालक

3) डिस्चार्ज पोर्ट

4) आवरण

प्र 90) कंप्रेसरमध्ये दाब कमी झाल्यावर व्हॉल्यूमेट्रिक कार्यक्षमतेचे काय होते

1) तेवाढते

२) ते कमी होते

3) ते अपरिवर्तित राहते

4) ते वाढू किंवा कमी होऊ शकते

41]शोषण प्रणाली साधारणपणे खालील रेफ्रिजरंट वापरते

(a) फ्रीऑन11

(b) फ्रीऑन22

(c) C02

(इ) अमोनिया]

42] लिक्विड रेफ्रिजरंटला उप थंड करण्याचा एक उद्देश आहे

(a) कंप्रेसर ओव्हरहाटिंग कमी करा

(b) कंप्रेसर डिस्चार्ज तापमान कमी करा

(c) कूलिंग इफेक्ट वाढवा

(d) केवळद्रवआणिवाष्पविस्तार (थ्रॉटलिंग) वाल्वमध्येप्रवेशकरतनाहीयाचीखात्रीकरा

43] वाष्प संक्षेप चक्रात COP चे मूल्य सामान्यतः असते

(a) नेहमी ऐक्यापेक्षा कमी

(b) नेहमीएकतेपेक्षाजास्त

(c) एकतेच्या बरोबरीने

(d) वरीलपैकी कोणतेही एक

44] रेफ्रिजरेशन सिस्टममध्ये, नाकारलेल्या उष्णतेच्या तुलनेत शोषली जाणारी उष्णता म्हणजे

(a) अधिक

(b) कमी

(c) समान

(d) लहान क्षमतेसाठी अधिक आणि उच्च क्षमतेसाठी कमी

४५] रेफ्रिजरेटरमधील कंडेन्सिंग तापमान म्हणजे तापमान

(a) शीतकरण माध्यमाचा

(b) अतिशीत क्षेत्र

(c) बाष्पीभवक

(d) ज्यावररेफ्रिजरंटगॅसद्रवबनतो

46] रेफ्रिजरेटरमधील बाष्पीभवनावर दंव तयार होणे

(a) खराबउष्णताहस्तांतरणामुळेउष्णतेचेनुकसानहोते

(b) उष्णता हस्तांतरण दर वाढवते

(c) अभौतिक आहे

(d) योग्य डिझाइनद्वारे टाळता येऊ शकते

47] रेफ्रिजरेटरमध्ये, बाष्पीभवन होणारे रेफ्रिजरंट आणि थंड होणारे माध्यम यांच्यातील तापमानाचा फरक असावा

(a)उच्च, 25° च्या क्रमाने

(b) <u>शक्यतितक्याकमी (3 ते 11°C)</u>

(c) शून्य

(d) कोणतेही मूल्य

48]पूर भरलेल्या बाष्पीभवन रेफ्रिजरेटरमध्ये, कंप्रेसरच्या सक्शनवर एक संचयक वापरला जातो

(a) <u>लिक्विडरेफ्रिजरंटगोळाकराआणितेकंप्रेसरमध्येजाण्यापासूनप्रतिबंधितकरा</u>

(b) बाष्पातील द्रव शोधणे

(c) वाफ जास्त गरम करा

(d) वाफ गोळा करा

49]कमीत कमी रेफ्रिजरंट चार्ज ठेवण्यासाठी संचयकांना पुरेसा व्हॉल्यूम असावा

(a)10%

(ब) २५%

(c) <u>५०%</u>

(d) ७५%

50]कमी तापमान आणि दाबांवर, रेफ्रिजरंटच्या बाष्पीभवनाची सुप्त उष्णता

(a) कमी होते

(b) <u>वाढते</u>

(c) समान राहते

(d) इतर घटकांवर अवलंबून आहे

51]एक रेफ्रिजरेशन सायकल कंडेन्सर तापमान + 27°C आणि बाष्पीभवन तापमान 23°C दरम्यान चालते] सायकलच्या कार्यक्षमतेचा गुणांक असू शकत नाही

(a)0]2

(ब)१]२

(c) <u>५</u>

(d) ६

52] खालीलपैकी कोणता रेफ्रिजरंटचा इष्ट गुणधर्म नाही

(a) तेलासह उच्च ट्रायसिबिलिटी

(b) कमी उकळत्या बिंदू

(c) <u>चांगलाविद्युतवाहक</u>

(d) मोठी सुप्त उष्णता

53]वाष्प कम्प्रेशन रेफ्रिजरेशन सिस्टममध्ये, रेफ्रिजरंट दरम्यान द्रव म्हणून उद्भवते

(a) कंडेन्सर आणि विस्तार झडप

(b) कंप्रेसर आणि बाष्पीभवक

(c) <u>विस्तारझडपआणिबाष्पीभवक</u>

(d) कंप्रेसर आणि कंडेन्सर

54]अमोनिया शोषण प्रणालीमध्ये एका माध्यमापासून दुसऱ्या माध्यमापर्यंत उष्णता सोडण्याबद्दल योग्य विधान घ्या

(a) कमकुवत सोल्यूशनचे मजबूत समाधान

(b) <u>मजबूतद्रावणाचेकमकुवतसमाधान</u>

(c) अमोनिया वाफेचे मजबूत द्रावण

(d) अमोनिया वाष्प ते कमकुवत द्रावण

55]कॉर्नॉट इंजिनची कार्यक्षमता 80% दिली आहे] जर सायकलची दिशा उलट केली तर, रिव्हर्स केलेल्या कार्नोट सायकलचे COP चे मूल्य काय असेल?

(अ)१]२५

(ब)०]८

(c)0]5

(d) <u>०]२५</u>

56]रेफ्रिजरेशन सिस्टीममध्ये सर्वाधिक दाब असावा

(a) रेफ्रिजरंटचा गंभीर दाब

(b) <u>गंभीरदाबापेक्षाखूपचखाली</u>

(c) गंभीर दाबापेक्षा खूप वर

(d) गंभीर दाबाजवळ

57] कंडेन्सर तापमान +27°C आणि बाष्पीभवक तापमान 23°C दरम्यान उष्मा पंप चक्र चालत असेल, तर कार्नोट COP असेल

(a)0]2

(ब)१]२

(c) ५

(d) <u>६</u>

58]विशिष्ट रेफ्रिजरेटिंग सिस्टममध्ये 10 किलो/सेमी गेजचा सामान्य ऑपरेटिंग सक्शन दाब असतो आणि सुमारे 67 किलो/सेमी इतका कंडेन्सिंग प्रेशर असतो] वापरलेले रेफ्रिजरंट आहे

(a) अमोनिया

(b) <u>कार्बनडायऑक्साइड</u>

(c) फ्रीॉन

(d) समुद्र

59] खालील प्रकारच्या रेफ्रिजरेशन सिस्टममध्ये एक्वा अमोनियाचा वापर रेफ्रिजरंट म्हणून केला जातो

(a) कॉम्प्रेशन

(b) थेट

(c) अप्रत्यक्ष

(d) शोषण

६०] कंडेन्सरचे तापमान स्थिर ठेवून, वनस्पतीचे बाष्पीभवक तापमान कमी केल्यास, कंप्रेसरची h]p] आवश्यक असेल

(a) समान

(b) अधिक

(c) कमी

(d) रेटिंगवर अवलंबून अधिक/कमी

प्र 91) कमर्शियल कॉम्प्रेसरचे ऍप्लिकेशन काय आहेत 1. वॉटर कूलर 2. कोल्ड स्टोरेज 3. आइस क्यूब मशीन वरीलपैकी कोणते पर्याय बरोबर आहेत?

१) १,२,३

२) २,३

3) 1,3

4) 1,2

प्र 92) कंप्रेसरमध्ये अडकलेला दोष म्हणजे ________________.

1) कंप्रेसरघट्टकामकरतआहे

२) कंप्रेसर आवाज करत आहे

3) कंप्रेसरमध्ये घर्षण आहे

4) कंप्रेसर सुरू होत नाही

प्र 93) बंद कुलिंग टॉवरमध्ये नैसर्गिक हवा प्रवेश करण्यासाठी खालीलपैकी कोणता वापरला जातो

1) पंखा

२) ब्लोअर _

3) कूलर

4) एअर कंडिशनर

प्र 94) हवेचा प्रवाह नियंत्रित करण्यासाठी ______________ हे नैसर्गिक ड्राफ्ट कुलिंग टॉवरमध्ये जोडलेले आहेत.

1) लुव्रेस

2) फवारणी नोजल

3) शीर्षलेख

4) झडपा

प्र 95) यांत्रिक मसुदा कूलिंग टॉवर्सच्या संचालन खर्चाची तुलना नैसर्गिक मसुद्याशी केली जाते___

1) उच्च

2) कमी

3) समान

4) अतुलनीय

प्र 96) ओल्या बल्बचे तापमान कूलिंग टॉवरची क्षमता ______________ असते.

1) व्यस्तप्रमाणात

2) थेट प्रमाणात

3) च्या वर्गाच्या व्यस्त प्रमाणात

4) च्या वर्गाच्या थेट प्रमाणात

प्र 97) गाळ सहसा _____________ मुळे तयार होतो.

1) कॅल्शियमक्लोराईड

२) झिंक क्लोराईड

3) हायड्रोक्लोरिक ऍसिड

4) सल्फ्यूरिक ऍसिड

प्र 98) यापैकी कोणते स्केल तयार करण्यासाठी दिलेली बाह्य उपचार नाही

1) कोलाइडउपचार

2) आयन एक्सचेंज प्रक्रिया

3) झिओलाइट प्रक्रिया

4) सोडा चुना प्रक्रिया

प्र 99) पाण्याच्या इलेक्ट्रिक ट्रीटमेंटमध्ये, स्केल तयार करण्याची प्रक्रिया रोखण्यासाठी ____________ बाष्पांनी भरलेले सीलबंद काचेचे बल्ब सिस्टममध्ये ठेवले जातात.

2) सोडियम

3) हेलियम

4) आर्गॉन

प्र 101) वाल्व्हद्वारे पार केलेल्या रेफ्रिजरंटचे प्रमाण ___________ बाष्पीभवकाद्वारे वाष्पयुक्त रेफ्रिजरंटचे प्रमाण आहे.

1) समान

२) अर्धा

3) एक चतुर्थांश

4) दुप्पट

Q 102) ____________ चा वापर पूरग्रस्त बाष्पीभवनामध्ये विस्तार झडप म्हणून केला जातो.

1) फ्लोटवाल्व
2) थर्मोस्टॅटिक वाल्व
3) केशिका नलिका
4) ओरिफिस कंट्रोल व्हॉल्व्ह

प्र 103) ब्राइन चिलर हे वाष्प कम्प्रेशन रेफ्रिजरेशन सिस्टमच्या __________ सारखे असते.
1) बाष्पीभवक
2) कंडेनसर
3) कंप्रेसर
4) केशिका नलिका

Q 104) कंडेनसर क्षमता _________ मध्ये मोजली जाते
1) kW
2) केव्ही
3) kVA
4) kA

Q 105) कंडेन्सरची क्षमता ____________________ चे कार्य नाही
1) रेफ्रिजरंटचेप्रमाण
2) कंडेनसरचे पृष्ठभाग क्षेत्र
3) एकूण उष्णता हस्तांतरण गुणांक
4) रेफ्रिजरंट आणि कंडेन्सर माध्यमातील तापमानातील फरक

Q 106) बाष्पीभवन कंडेन्सरमध्ये थंड करण्याचे माध्यम ____________ आहे
1) हवाआणिपाणीदोन्ही
२) समुद्र
3) फक्त हवा
4) फक्त पाणी

Q 107) ओल्या बल्बचे तापमान _____________ चे मोजमाप आहे.
1) परिपूर्णआर्द्रता
2) संपूर्ण दबाव
3) सापेक्ष आर्द्रता
4) विशिष्ट उष्णता

प्र 108) ज्या तापमानात हवेतील आर्द्रता घनीभूत होऊ लागते त्याला ____________ म्हणतात.
1) दवबिंदूतापमान
2) ओले बल्ब तापमान
3) कोरड्या बल्बचे तापमान

4) दवबिंदू उदासीनता

प्र 109) घर्षण पद्धतीचा वापर करून कार्यक्षम डक्ट मिळविण्यासाठी ____________ डक्ट सिस्टमचा वापर केला जातो.

1) <u>आयताकृती</u>

2) चौरस

3) परिपत्रक

4) त्रिकोणी

Q 110) मोठ्या कार्यालयांमध्ये ____________ प्रकार वितरण वापरून डक्टिंग केले जाते.

1) <u>सीलिंगपॅनेल</u>

२) ऊर्ध्वगामी

3) पॅन

4) भिंत

Q 111) कंडेन्सर युनिटच्या अयोग्य कामासाठी यापैकी कोणते संभाव्य कारण नाही

1) <u>तापमानसेटकेलेलेनाही</u>

२) कंडेनसर गलिच्छ झाले आहे

3) हवा वाहत नाही

4) स्प्रे नोजल बंद आहे

Q 112) दोन डक्ट रेषा काटकोनात जोडण्यासाठी वापरल्या जाणाऱ्या डक्टचा भाग ____________ म्हणतात.

1) <u>स्टॅककोपर</u>

2) आउटलेट पोर्ट

3) डक्ट जॉइंट

4) टी जॉइंट

प्र 113) थेट विस्तार प्रणालीमध्ये, यापैकी कोणते प्लांट रूममध्ये आढळतात

2) <u>एअरफिल्टर</u>

3) बाष्पीभवक

4) रिटर्न एअर डक्ट

Q 114) ____________ हे एक साधन आहे ज्याद्वारे थंड, स्वच्छ आणि दमट हवा मिळू शकते.

1) <u>एअरवॉशर</u>

2) फॅन कॉइल

3) रिलीफ व्हॉल्व्ह

4) स्प्रे नोजल

प्र 115) ____________ हे इलेक्ट्रोमेकॅनिकल कंट्रोल्सच्या वापरासाठी सर्किटमध्ये स्थापित केले आहे.

1) रिले

२) मेगर

3) सर्किट ब्रेकर

4) फ्यूज

Q 116) H म्हणजे HVAC सिस्टीममध्ये ________.

1) गरमकरणे

2) उपचार

3) होनिंग

4) भारी

Q 117) ______________ कॉइल HVAC प्रणालीमध्ये बसवले आहे.

1) गरमआणिथंडदोन्ही

2) फक्त गरम करणे

3) फक्त थंड करणे

4) संक्षेपण

Q 118) कार AC मध्ये _____________ जवळ कंडेन्सर बसवले जाते

1) रेडिएटर

2) मागील चाक

3) क्रँककेस

4) चुंबकीय क्लच

Q 119) कार AC ________________ वर चालत असताना जास्तीत जास्त कार्यक्षमतेने चालते

1) उच्चगती

२) शून्य गती

3) कमी वेग

4) शून्य भार

Q 120) _____________ करण्यासाठी, कार एसी सिस्टीममध्ये रंग जोडला जातो.

____

1) गॅसगळतीओळखा

2) इंजिन वंगण घालणे

3) कार्यक्षमता वाढवा

4) वेग वाढवा

Q 121) खालीलपैकी कोणता AC प्लांटमधील उष्णतेच्या भाराच्या मोजणीवर परिणाम करत नाही

1) बाह्यतापमान

2) सापेक्ष आर्द्रता

३) दवबिंदू_

4) ओलावा

Q 122) कंडेन्सरमध्ये __________________ पाण्याची आवश्यक पातळी राखते.

1) फ्लोस्विच

2) ओव्हरलोड सर्किट

3) कट-आउट स्विच -

4) गाळणे

प्र 123) सेंट्रल एसी प्लांटमध्ये पंखे आणि ब्लोअर्सचा वापर _____________ आहे

1) हवेचेअभिसरण

2) गरम करणे

3) थंड करणे

4) थंड करणे

Q 124) उन्हाळ्यात वातानुकूलित हवेचे स्वरूप ____________ असते.

1) गरम आणि आर्द्रता

2) गरम आणि निर्जंतुकीकरण

3) थंड आणि आर्द्रता

4) थंडआणिआर्द्रीकृत

Q 125) जर डीप फ्रीझर पुरेसा थंडावा देत नसेल, तर ते ______________ मुळे असावे.

1) दरवाजासततउघडणे

२) वीजपुरवठा नाही

3) उच्च बाह्य दाब

4) उच्च बाह्य तापमान

Q 126) यापैकी कोणता आइस्क्रीम प्लांटचा भाग नाही

1) बर्फाचाडबा

२) हीट एक्सचेंजर

3) पाश्चरायझर

4) Homogenizer

Q 127) _____________ चालू केल्यावर जास्त थंडीमुळे निर्माण झालेला बर्फ वितळू लागतो

1) डीफ्रॉस्टस्विच
2) ओव्हरलोड रिले
3) फ्लो स्विच
4) थर्मोस्टॅट
Q 128) गाजर 3 महिने ____________ तापमानात साठवले जाऊ शकते
१) २°से
२) ८°से
३) ५°से
4) 10 ° से
Q 129) शीतगृह क्षमतेचे एकक _______ आहे.
1) टन
2) किलोग्रॅम
3) घनमीटर
4) डिग्री केल्विन
61]रेफ्रिजरेशन सायकलमध्ये, रेफ्रिजरंटचा प्रवाह नियंत्रित केला जातो
(a) कंप्रेसर
(b) कंडेन्सर
(c) बाष्पीभवक
(d) विस्तारझडप
62]वाष्प संक्षेप चक्रात सर्वात कमी तापमान कोठे होते?
(a) कंडेन्सर
(b) बाष्पीभवक
(c) कंप्रेसर
(d)विस्तार झडप
63]फ्रॉन वापरून रेफ्रिजरेशन सिस्टममधील गळती द्वारे शोधली जाते
(a) हॅलाइडटॉर्चजेशोधल्यावरहिरवटज्योतनिर्माणकरते
(b) सल्फरच्या काड्या ज्या तपासल्यावर पांढरा धूर निघतात
(c) अभिकर्मक वापरणे
(d) वास घेणे
64] चुकीचे विधान काढा
(a) वाष्प शोषण चक्रात वापरले जाणारे लिथियम ब्रोमाइड नॉनव्होलॅटाइल आहे
(b) लिथियम ब्रोमाइड प्लांट 0°C च्या खाली काम करू शकत नाही
(c) लिथियमब्रोमाइडप्लांटमध्येकंडेन्सिंगकरूनअवांछितपाण्याची वाफकाढूनटाकण्यासाठीविभाजकवापरलाजातो.

(d) लिथियम ब्रोमाइड जनरेटरमधून बाहेर पडणाऱ्या द्रावणाची एकाग्रता जनरेटरमध्ये प्रवेश करणाऱ्या द्रावणाच्या तुलनेत जास्त असते.

66]समान रेफ्रिजरेशन लोड आणि समान तापमान मर्यादांसाठी Freon12 च्या तुलनेत NH3 चे वस्तुमान प्रवाह प्रमाण

(अ)१ : १

(ब) <u>१ : ९</u>

(c)९ : १

(d)१ : ३

67]रेफ्रिजरंट्सचा फ्रीऑन गट आहे

(a) ज्वलनशील

(b) विषारी

(c) ज्वलनशील आणि विषारी

(इ) <u>विषारीआणिज्वलनशीलनसलेले]</u>

68 अमोनिया आहे

(a) गैर-विषारी

(b) न ज्वलनशील

(c) विषारी आणि ज्वलनशील

(d) <u>अत्यंतविषारीआणिज्वलनशील</u>

69] NH3 शीतक म्हणून वापरून बाष्प कम्प्रेशन सायकलमध्ये, प्रारंभिक शुल्क येथे भरले जाते

(a) कंप्रेसरचे सक्शन

(b) कंप्रेसरचे वितरण

(c) <u>उच्चदाबाचीबाजूरिसीव्हरच्याजवळ</u>

(d) रिसीव्हर जवळ कमी दाबाची बाजू

70]प्रेशरएन्थॅल्पी चार्ट शो वर लहान क्षैतिज रेषा

(a) <u>सततदाबरेषा</u>

(b) स्थिर तापमान रेषा

(c) स्थिर एकूण उष्णता रेषा

(d) स्थिर एंट्रोपी रेषा

71] प्रेशरएन्थॅल्पी आकृतीवर, कंडेन्सेशन आणि डिसुपरहिटिंग हे क्षैतिज रेषेद्वारे दर्शविले जाते कारण प्रक्रिया

(a) आवाजामध्ये कोणताही बदल होत नाही

(b) स्थिर तापमानात घडते

(c) स्थिर एंट्रॉपीवर घडते

(ई) <u>सततदाबानेघडते]</u>

72]एक टन रेफ्रिजरेशन आहे

(a) रेफ्रिजरेशन समस्यांमध्ये वापरलेले मानक युनिट

(b) 1 टन बर्फ वितळल्याने तयार होणारा शीतल प्रभाव

(c) <u>0°C वर 1 टनपाणी 0°C वर 24 तासातबर्फातगोठवण्याचारेफ्रिजरेशनप्रभाव</u>

(d) NTP परिस्थितीत 1 टन बर्फ तयार करण्यासाठी रेफ्रिजरेशन प्रभाव

73]रेफ्रिजरेशन सायकलमध्ये सुपरहिटिंग

(a) COP वाढवते

(b) <u>COP कमीकरते</u>

(c) COP अपरिवर्तित राहते

(d) इतर घटक COP ठरवतात

74]कॅबिनेटमध्ये योग्य रेफ्रिजरेशनसाठी, कॅबिनेट आणि वातावरणातील तापमान आणि बाष्प दाब फरक जास्त असल्यास,

(a) मोठे कॅबिनेट वापरले पाहिजे

(b) लहान कॅबिनेट वापरावे

(c) <u>पूर्णपणेघट्टबाष्पसीलवापरावा</u>

(d) कमी बाष्पीभवन तापमान असलेले शीतक वापरावे

75]योग्य विधान निवडा

(a) रेफ्रिजरंटमध्ये कमी सुप्त उष्णता असावी

(b) <u>प्रणालीचेऑपरेटिंगतापमानकमीअसल्यास, कमीउकळत्याबिंदूसहशीतकवापरावे</u>

(c) प्रीकूलिंग आणि सबकूलिंग बीएफ रेफ्रिजरंट समान आहेत

(d) रेफ्रिजरंटची सुपरहीट आणि संवेदनशील उष्णता सारखीच असते

76]डिलिव्हरी बाजूच्या तुलनेत रेफ्रिजरेटिंग युनिट कंप्रेसरचा सक्शन पाईप व्यास आहे

(a) <u>मोठा</u>

(b) लहान

(c) समान

(d) क्षमतेनुसार लहान/मोठे

77]फ्रॉन रेफ्रिजरेशन सिस्टममधील ओलावा कारणीभूत ठरतो

(a) अप्रभावी रेफ्रिजरेशन

(b) उच्च उर्जा वापर

(c) <u>फ्रीझिंगऑटोमॅटिकरेग्युलेटिंगव्हॉल्व्ह</u>

(d) संपूर्ण प्रणालीची गंज

78]ड्राय कॉम्प्रेशनचा फायदा म्हणजे

(a) ते जास्त वेग वापरण्याची परवानगी देते

(b) ते बाष्पीभवनामध्ये पूर्ण बाष्पीभवन करण्यास परवानगी देते

(c) याचा परिणाम उच्च व्हॉल्यूमेट्रिक आणि यांत्रिक कार्यक्षमतेमध्ये होतो

(d) <u>वरीलसर्व</u>

79] चुकीचे विधान निवडा

(a) <u>थंडकेल्याजाणाऱ्यामाध्यमाचेतापमानबाष्पीभवनाच्यातापमानापेक्षाकमीअसावे</u>

(b) रेफ्रिजरंट कंडेन्सरला द्रव म्हणून सोडते

(c)सर्व सोलर थर्मली ऑपरेटेड शोषण प्रणाली केवळ मधूनमधून कार्य करण्यास सक्षम आहेत

(d) बाष्पीभवकावरील दंव उष्णता हस्तांतरण कमी करते

80]रेफ्रिजरेशन सायकलमध्ये अंडरकूलिंग

(a) <u>COP वाढवते</u>

(b) COF कमी करते

(c) COP अपरिवर्तित राहते

(d) इतर घटक ठरवतात

81]उच्च COP प्राप्त करण्यासाठी, कंप्रेसरची दाब श्रेणी असावी

(उंच

(b) <u>कमी</u>

(c) इष्टतम

(d) कोणतेही मूल्य

(इ) असा कोणताही निकष नाही]

82]कार्यक्षमतेचे गुणांक हे रेफ्रिजरंट प्रभावाचे गुणोत्तर आहे

(a) कॉम्प्रेशनची उष्णता

(b) कंप्रेसरने केलेले काम

(c) कंप्रेसरमध्ये एन्थॅल्पी वाढ

(d) <u>वरीलसर्व</u>

83] कंडेन्सर तापमान स्थिर ठेवून बाष्पीभवन तापमानात वाढ असलेल्या रेफ्रिजरेशन सायकलचा C]O]P

(a) <u>वाढ</u>

(b) कमी करणे

(c) अप्रभावित राहणे

(d) वापरलेल्या रेफ्रिजरंटच्या प्रकारानुसार वाढू किंवा कमी होऊ शकते

औद्योगिक प्रशिक्षण संस्था

मासिक चाचणी-1, गुण- 20, तारीख:- ________________

(प्रत्येक प्रश्नाला दोन गुण असतात)

Q 1) कोणता घटक प्रणालीमध्ये शीतक प्रवाह तयार करतो

1) कंप्रेसर

2) बाष्पीभवक

3) कंडेनसर

4) विस्तार झडप

Q 2) हर्मेटिकली सीलबंद कॉम्प्रेसर चालू केल्यावर सुरू होत नाही आणि त्याची मोटर गुंजत नाही. हे यामुळे असू शकते....

1) खराब सुरू होणारा कॅपेसिटर

२) ओपन - सर्किट केलेले मोटर विंडिंग

3) कमी पुरवठा व्होल्टेज

4) जप्त केलेला कंप्रेसर _

प्र 3) थर्मो - कंप्रेसर .... वर काम करतो.

1) पास्कलचा कायदा

२) बर्नौलीचे तत्व

3) डाल्टनचा कायदा

4) अॅव्होगाड्रोचा कायदा

Q 5) रेफ्रिजरेटरमध्ये दिलेले कोणते नियंत्रण कंप्रेसर मोटर वाइंडिंगचे नुकसान होण्यापासून संरक्षण करते

1) रिले सुरू करणे

2) ओव्हरलोड संरक्षक

3) थर्मोस्टॅट

4) वरील सर्व

प्र 6) अवशोषण रेफ्रिजरेशन सिस्टीममध्ये, वाफ कॉम्प्रेशन सिस्टीमचा कंप्रेसर .... ने बदलला जातो.

1) शोषक

२) जनरेटर

3) पंप

4) वरील सर्व

प्र 7) रेफ्रिजरंटचा एक इष्ट गुणधर्म म्हणजे त्यात ...... असणे आवश्यक आहे.

1) कमी गंभीर तापमान

2) कमी विशिष्ट उष्णता

3) कमी थर्मल चालकता

4) कमी विद्युत इन्सुलेशन

Q 8) यापैकी कोणत्या रेफ्रिजरंटमध्ये सर्वात कमी सापेक्ष ओझोन विनाश कार्यक्षमता आहे

1) आर - 11

2) आर - 12

3) आर - 22

4) आर - 114

प्र 9) प्लेट टाईप बाष्पीभवक अनेकदा .... मध्ये वापरला जातो.

1) घरगुती एअर कंडिशनर

२) पिण्याचे पाणी कुलर

3) घरगुती डिह्युमिडिफायर

4) दोन-कंपार्टमेंट रेफ्रिजरेटर

प्र 10) घरगुती रेफ्रिजरेटरमध्ये, विस्तारित झडपा वापरला जातो.........

1) केशिका नलिका

2) सतत दाब विस्तार झडप

3) थर्मोस्टॅटिक विस्तार वाल्व

4) फ्लोट वाल्व

Q 23) फायबरग्लास इन्सुलेशन निर्मितीसाठी वापरलेली सामग्री .... आहे.

1) कार्बन

२) प्युमिस

3) जिप्सम

4) सिलिका

औद्योगिक प्रशिक्षण संस्था

मासिक चाचणी-2, गुण- 20, तारीख:- ________________

(प्रत्येक प्रश्नाला दोन गुण असतात)

Q 21) HFC रेफ्रिजरंट .... आहे.

1) R11

2) R22

3) R134a

4) R290

प्रश्न 22) घरगुती रेफ्रिजरेटरची क्षमता अंदाजे .... आहे.

1) 0.1 टन

2) O.5 टन

3) 1.0 टन

4) 1.5 टन

Q 23) फायबरग्लास इन्सुलेशन निर्मितीसाठी वापरलेली सामग्री .... आहे.

1) कार्बन
२) प्युमिस
3) जिप्सम
4) सिलिका

Q 24) घरगुती रेफ्रिजरेटरमध्ये न वापरलेली इन्सुलेट सामग्री आहे .....
1) लाकूड फायबर
2) कॉर्क
3) रबर
4) काचेचे लोकर

प्र 25) रेफ्रिजरंट म्हणून अमोनिया वापरून रेफ्रिजरेशन सिस्टममधील गळती शोधून काढली जाते
1) साबण आणि पाणी
2) सल्फरच्या काड्या
3) हॅलाइड टॉर्च
४) जळणारी मेणबत्ती

प्र 26) रेफ्रिजरंट दूषित होण्याचे कारण काय आहे
१) रेफ्रिजरंटमध्ये ओलावा
२) तेलाची पातळी कमी
3) तेलाची उच्च पातळी
4) गॅसची कमतरता

प्र 27) एअर कंडिशनिंगमध्ये एअर डिफ्यूझरचे कार्य .... आहे.
१) शुद्ध हवा
2) हवेचा थेट प्रवाह इच्छित पॅटर्नमध्ये
३) एअर कंडिशनरचा आवाज कमी करा
4) हवेतील सापेक्ष आर्द्रता नियंत्रित करा

प्र 28) बाष्पीभवनाच्या पूरग्रस्त प्रकारात, विस्तार यंत्र वापरले जाते ....
1) नॉन रिटर्न वाल्व
2) फ्लोट वाल्व
3) थर्मोस्टॅटिक उपकरण
4) स्वयं-क्रियाशील विस्तार वाल्व

प्र 29) व्होर्टेक्स ट्यूब (अपारंपरिक) रेफ्रिजरेटिंग सिस्टमबद्दल कोणते विधान खरे नाही
1) हे रेफ्रिजरंट म्हणून हवेचा वापर करते
२) वजनाने हलके असते

3) यासाठी कमी जागा लागते

4) यात अनेक हलणारे भाग आहेत

Q 30) यापैकी कोणते व्होर्टेक्स ट्यूब रेफ्रिजरेटिंग सिस्टमच्या वापराचे उदाहरण आहे

1) इलेक्ट्रॉनिक घटकांचे स्पॉट कूलिंग

२) खाणींमधील कामगारांचे शरीर थंड करणे

3) वरील दोन्ही

4) वरीलपैकी काहीही नाही

औद्योगिक प्रशिक्षण संस्था

मासिक चाचणी-३, गुण- २०, तारीख:- ______________

(प्रत्येक प्रश्नाला दोन गुण असतात)

Q 41) कंडेन्सरची उष्णता नाकारण्याची क्षमता खालील गोष्टींशिवाय प्रभावित होते

1) कंडेन्सरवर जास्तीत जास्त दाब येतो

2) कंडेन्सरमधील कूलिंग मीडियाचा प्रवाह दर

3) रेफ्रिजरंट आणि कूलिंग मीडियामधील तापमान फरक

4) कंडेन्सरमध्ये रेफ्रिजरंटच्या प्रवाहाचा दर

Q 42) रेफ्रिजरंटचा प्रवाह दर जास्त असल्यास, तुम्ही कोणता कंप्रेसर निवडाल

1) रेसिप्रोकेटिंग कॉम्प्रेसर

2) केंद्रापसारक कंप्रेसर

3) स्क्रू कंप्रेसर

4) रोटरी कॉम्प्रेसर

Q 43) कूलिंग टॉवरच्या कार्यक्षमतेवर या घटकांचा लक्षणीय परिणाम होतो, वगळता .....

1) दृष्टीकोन

2) ओले बल्ब तापमान

3) श्रेणी

4) TDS

Q 44) कूलिंग टॉवरच्या आत, संपर्क पृष्ठभाग आणि हवा आणि पाण्यामधील संपर्क वेळ वाढवण्यासाठी एक सामग्री जोडली जाते. या साहित्याला काय म्हणतात

1) घाला

2) पॅक

3) भरा

4) कोर

Q 45) विषाणू आणि बॅक्टेरियापासून मुक्त होण्यासाठी वापरले जाणारे जंतुनाशक आहेत

1) क्लोरीन आणि पाणी

2) क्लोरीन आणि ओझोन

3) अतिनील प्रकाश आणि हवा

4) अतिनील प्रकाश आणि पाणी

Q 46) लहान बाष्पीभवकांसाठी जेथे रेफ्रिजरंट वापरले जाते ते अमोनिया व्यतिरिक्त वापरले जाते.

1) स्टील

2) तांबे

3) पितळ

4) कांस्य

Q 47) कंडेन्सरचे पंख नळीने स्वच्छ करण्याची शिफारस का केली जात नाही

1) पाणी घाण चिखलात बदलेल जी साफ करणे कठीण होईल

२) पाण्यामुळे पंख लवकर गंजतात

3) रबरी नळी वापरणे वाईट नाही. शिफारस स्वीकारण्याची गरज नाही

4) रबरी नळी वापरल्याने पंखांना कोणतेही नुकसान होत नाही

Q 48) कंप्रेसरमध्ये प्रवेश करणाऱ्या रेफ्रिजरंटला किंचित गरम करणे का इष्ट आहे?

1) रेफ्रिजरंट तेल कंप्रेसर सोडण्यापासून रोखण्यासाठी

२) वाफ रेफ्रिजरंटला कंप्रेसरमध्ये प्रवेश करण्यापासून रोखण्यासाठी

3) कंप्रेसर उबदार ठेवण्यासाठी

4) द्रव रेफ्रिजरंटला कंप्रेसरमध्ये प्रवेश करण्यापासून रोखण्यासाठी

Q 50) HVAC प्रणालीचा उद्देश नियंत्रण .... आहे.

1) फक्त तापमान आणि आर्द्रता

२) बाहेरील हवेचा पुरवठा

3) व्यापलेल्या जागेत हवा गाळण्याची प्रक्रिया आणि त्याची हालचाल

4) वरील सर्व

प्र 52) उष्णतेच्या भाराच्या गणनेनुसार, AC II टियर रेल्वे कोचचा भार सुमारे .... आहे.

1) 4 टन

2) 14 टन

3) 12 टन

4) 16 टन

औद्योगिक प्रशिक्षण संस्था

मासिक चाचणी-4, गुण- 20, तारीखः- ______________

(प्रत्येक प्रश्नाला दोन गुण असतात)

Q 61) ______________ रेफ्रिजरेशन कॅबिनेटमधील तापमान नियंत्रित करते.

1) थर्मोस्टॅट स्विच

२) स्प्लिट फेज मोटर

3) रिले

4) ओव्हरलोड संरक्षक

Q 63) कंप्रेसरच्या यापैकी कोणत्या क्षमता नियंत्रण पद्धतीला सिलेंडर अनलोडर असेही म्हणतात

1) एकाधिक युनिट्सचा वापर

२) स्पीड मॉड्युलेशन

3) गरम गॅस बायपास

4) ऑन ऑफ कंट्रोल

Q 65) वातावरणातील कोरड्या हवेच्या एक किलोग्रॅममध्ये असलेल्या पाण्याच्या वाफेचे प्रमाण __ म्हणतात.

1) विशिष्ट आर्द्रता

2) हवा संपृक्तता

3) आर्द्र बिंदू

4) कोरडे वस्तुमान

प्र 66) जेव्हा हवा संतृप्त अवस्थेत असते, तेव्हा ओल्या बल्बच्या उदासीनतेचे मूल्य _________ असते

१) शून्य

2) नकारात्मक

3) कमाल

4) एकता

प्रश्न 67) मानवी आराम राखण्यासाठी, हवेच्या स्तरीकरणाचे मूल्य __________ ठेवले पाहिजे

1) किमान

२) कमाल

3) अनंत

4) नकारात्मक

Q 68) खालीलपैकी कोणते तथ्य कठोर डक्टबद्दल असत्य आहे

1) लवचिक

२) महाग

3) भारी

4) जलरोधक

प्र 70) सेन्सिबल उष्णता भार हे सेन्सिबल लोडचे उत्पादन आहे, ____________ आणि ____________

1) उष्णता संप्रेषण घटक, तापमान
२) सुप्त उष्णता, तापमान
3) तापमानातील फरक, वस्तुमान
4) उष्णता प्रेषण घटक, वस्तुमान

1]चुकीचे विधान उचला] रेफ्रिजरंट असणे आवश्यक आहे
(a) द्रवाची विशिष्ट उष्णता
(b) उच्च उत्कलन बिंदू
(c) बाष्पीकरणाची उच्च सुप्त उष्णता
(d) उच्च गंभीर तापमान

Q 2) स्थिर दाबावर, वायूच्या तापमानाप्रमाणे आवाज बदलतो. हे विधान आहे......
1) बॉयलचा कायदा
२) चार्ल्स लॉ
3) जौल-थॉम्पसन प्रभाव
4) डाल्टनचा कायदा

प्र 3) एक टन रेफ्रिजरेशन = ...
1) 45.5 kcal मि.
2) 50.4 kcal मि.
3) 44.5 kcal मि.
4) 66.5 kcal मि

औद्योगिक प्रशिक्षण संस्था

मासिक चाचणी-5, गुण- 20, तारीखः- ______________

(प्रत्येक प्रश्नाला दोन गुण असतात)

2]मानक बर्फ बिंदू तापमान तापमानाशी संबंधित आहे
(a) 0°C वर पाणी
(b) 4°C वर बर्फ
(c) घन आणि कोरडा बर्फ
(ई) समतोल स्थितीत बर्फ आणि पाण्याचे मिश्रण]

3]वाष्प कॉम्प्रेशन रेफ्रिजरेशन काहीसे आवडते
(a) कार्नोट सायकल
(b) रॅंकाइन सायकल
(c) उलट कॅमोट सायकल
(e) वरीलपैकी नाही]

4] खालीलपैकी कोणते चक्र हवेचा वापर रेफ्रिजरंट म्हणून करते
(a) एरिक्सन
(b) स्टर्लिंग
(c) कार्नोट
(d) बेलकोलमन
5]अमोनिया शोषण रेफ्रिजरेशन सायकल आवश्यक आहे
(a) खूप कमी काम इनपुट
(b) कमाल काम इनपुट
(c) बाष्प कम्प्रेशन सायकलसाठी जवळजवळ समान कार्य इनपुट
(d) शून्य कार्य इनपुट
6]रेफ्रिजरेशनच्या शोषण प्रणालीचे एक महत्त्वाचे वैशिष्ट्य आहे
(a) गोंगाट करणारे ऑपरेशन
(b) शांत ऑपरेशन
(c) 0°C च्या खाली थंड होणे
(d) खूप कमी वीज वापर
8]क्लेपीरॉन समीकरण हे यांच्यातील संबंध आहे
(a) तापमान, दाब आणि एन्थाल्पी
(b) विशिष्ट व्हॉल्यूम आणि एन्थाल्पी
(c) तापमान आणि एन्थॅल्पी
(ई) तापमान, दाब, विशिष्ट व्हॉलर आणि 'एंथॅल्पी]
19]क्लेपेरॉन समीकरण येथे नोंदणीसाठी लागू आहे
(a) बाष्पाचा संपृक्तता बिंदू
(b) द्रवाचा संपृक्तता बिंदू
(c) उदात्तीकरण तापमान
(d) तिहेरी बिंदू
(ई) गंभीर मुद्दा]
10] वाष्प संपीडन चक्रात, रेफ्रिजरंटची कंडीटी ही संतृप्त द्रव असते
(a) कंडेन्सरमधून गेल्यानंतर
(b) कंडेन्सीमधून जाण्यापूर्वी
(c)विस्तार थ्रॉटल व्हॉल्व्हमधून गेल्यानंतर
(d)विस्तार वाल्वमध्ये प्रवेश करण्यापूर्वी
11] वाष्प संक्षेप चक्रात, रेफ्रिजरंटची स्थिती अतिशय ओले वाफ असते.
(a) कंडेन्सरमधून गेल्यानंतर
(b) कंडेन्सरमधून जाण्यापूर्वी

(c)विस्तार किंवा थ्रॉटल व्हॉल्व्हमधून गेल्यानंतर

(e) कंप्रेसरमध्ये प्रवेश करण्यापूर्वी

12] बाष्प कम्प्रेशन सायकलमध्ये, रेफ्रिजरंटची स्थिती उच्च दाब संतृप्त द्रव असते

(a) कंडेन्सरमधून गेल्यानंतर

(b) कंडेन्सरमधून जाण्यापूर्वी

(c)विस्तार किंवा थिओटल व्हॉल्व्हमधून गेल्यानंतर

(d)विस्तार वाल्वमध्ये प्रवेश करण्यापूर्वी

औद्योगिक प्रशिक्षण संस्था

मासिक चाचणी-6, गुण- 20, तारीख:- ______________

(प्रत्येक प्रश्नाला दोन गुण असतात)

प्र 31) पाण्याची तात्पुरती कडकपणा .... द्वारे काढून टाकली जाते.

1) फिल्टरिंग

2) उकळणे

3) रासायनिक उपचार

4) वरीलपैकी काहीही नाही

Q 32) नैसर्गिक मसुदा कुलिंग टॉवर्स प्रामुख्याने .... मध्ये वापरले जातात.

1) स्टील प्लांट

२) पॉवर स्टेशन्स

3) खत वनस्पती

4) ॲल्युमिनिअम निर्मिती संयंत्रे

Q 33) मोठ्या वस्तू काढून टाकण्यासाठी पाण्याच्या पूर्व-उपचारात काय वापरले जाते

१) बॅक्टेरिया

२) तेल आणि वंगण

3) हवा

4) स्क्रीन

प्र 34) बाष्पीभवनामध्ये रेफ्रिजरंट .... वाजता प्रवेश करतो.

1) खूप कमी दाब

२) कमी दाब

3) मध्यम दाब

4) उच्च दाब

Q 35) मोठ्या रेफ्रिजरेशन आणि सेंट्रल एअर कंडिशनिंग सिस्टममध्ये वापरल्या जाणाऱ्या बाष्पीभवनाचा प्रकार आहे

1) शेल आणि ट्यूब बाष्पीभवक

2) फिनन्ड बाष्पीभवक

3) प्लेट पृष्ठभाग बाष्पीभवक

4) बेअर ट्यूब बाष्पीभवक

प्र 36) बर्फाचे डबे उंचीने कमी का केले जातात?

१) वजन कमी करण्यासाठी

2) डंपिंगची सोय करणे

3) देखावा सुधारण्यासाठी

4) फॅब्रिकेशन सोपे करण्यासाठी

Q 37) सापेक्ष आर्द्रता मोजण्यासाठी वापरलेले साधन .... आहे.

1) बॅरोमीटर

२) सायक्रोमीटर

3) मॅनोमीटर

4) दाब मापक

Q 38) यांत्रिक रेफ्रिजरेशन युनिटच्या उच्च दाब बाजूच्या दाबाला म्हणतात

1) सक्शन प्रेशर

2) डिस्चार्ज किंवा डोके दाब

3) विभेदक दाब

4) संपूर्ण दबाव

Q 42) ड्राय बल्ब तापमान (DBT) हे .... चे वास्तविक तापमान आहे.

१) ओलसर हवा

२) कोरडी हवा

3) कोरडा बर्फ

4) संतृप्त हवा

Q 43) AHU म्हणजे ....

1) एअर हँडलिंग युनिट

2) एअर हीटिंग युनिट

3) एअर आर्द्रीकरण युनिट

4) यापैकी नाही

औद्योगिक प्रशिक्षण संस्था

मासिक चाचणी-7, गुण- 20, तारीखः- _______________

(प्रत्येक प्रश्नाला दोन गुण असतात)

22]नॉन कंडेन्सेबल वायूंच्या उपस्थितीमुळे कंडेन्सिंग प्रेशर, ज्याच्या तुलनेत नॉन कंडेन्सेबल वायूंशिवाय कंडेनसिंग तापमान आवश्यक आहे.

(a) जास्त असेल

(b) कमी असेल

(c) अप्रभावित राहील
(d) नॉन कंडेन्सेबल वायूंच्या स्वरूपावर अवलंबून जास्त किंवा कमी असू शकतात
23] द्रवाचा गंभीर दाब म्हणजे दाब
(a) कोणत्या द्रव्याच्या वर द्रव राहील
(b) ज्याच्या वर द्रव वायू बनतो
(c) ज्याच्या वर द्रव वाफ बनतो
(d) ज्याच्या वर द्रव घन होतो
24]महत्वपूर्ण तापमान म्हणजे' ज्याच्या वरचे तापमान
(a) गॅस कधीही द्रव होत नाही
(b) गॅस लगेच द्रवरूप होईल
(c) पाण्याचे बाष्पीभवन होईल
(d) पाण्याचे कधीही बाष्पीभवन होणार नाही
25] रेफ्रिजरेटरसाठी रेफ्रिजरंट असणे आवश्यक आहे
(a) उच्च संवेदनशील उष्णता
(b) उच्च एकूण उष्णता द्रव
(c) उच्च गुप्त उष्णता
(d) कमी सुप्त उष्णता
26] घरगुती रेफ्रिजरेटरचे रेटिंग क्रमाने आहे
(a)0]1 टन
(b) 5 टन
(c) 10 टन
(d)40 टन
27]घरगुती रेफ्रिजरेटरची COP
(a) 1 पेक्षा कमी आहे
(b) 1 पेक्षा जास्त आहे
(c) 1 च्या बरोबरीचे आहे
(d) बनविण्यावर अवलंबून आहे
28]घरगुती रेफ्रिजरेटर खालील प्रकारचे कंप्रेसर वापरतो
(a) केंद्रापसारक
(b)अक्षीय
(c) लघु सीलबंद युनिट
(d) पिस्टन प्रकार परस्पर
29] रेफ्रिजरंटमध्ये आर्द्रतेच्या उपस्थितीचा परिणाम होतो
(a) कंप्रेसर

(b) कंडेन्सर

(c) बाष्पीभवक

(d) विस्तार झडप]

30]विमानातील रेफ्रिजरेशनमध्ये सहसा खालील रेफ्रिजरंट वापरतात

(a) Co2

(b)Freon11

(c) फ्रीॉन22

(d) हवा

31]वाष्प कम्प्रेशन सायकलवर काम करणारे घरगुती रेफ्रिजरेटर खालील प्रकारचे विस्तार उपकरण वापरते

(a) इलेक्ट्रिकली ऑपरेटेड थ्रॉटलिंग व्हॉल्व्ह

(b) स्वहस्ते चालवलेला झडप

(c) थर्मोस्टॅटिक वाल्व

(d) केशिका नळी

औद्योगिक प्रशिक्षण संस्था

मासिक चाचणी-8, गुण- 20, तारीख:- ______________

(प्रत्येक प्रश्नाला दोन गुण असतात)

41]शोषण प्रणाली साधारणपणे खालील रेफ्रिजरंट वापरते

(a) फ्रीॉन11

(b) फ्रीॉन22

(c) C02

(इ) अमोनिया]

42] लिक्विड रेफ्रिजरंटला उप थंड करण्याचा एक उद्देश आहे

(a) कंप्रेसर ओव्हरहाटिंग कमी करा

(b) कंप्रेसर डिस्चार्ज तापमान कमी करा

(c) कूलिंग इफेक्ट वाढवा

(d) फक्त द्रव आणि वाफ विस्तारित (थ्रॉटलिंग) वाल्वमध्ये प्रवेश करत नाही याची खात्री करा

43] वाष्प संक्षेप चक्रात COP चे मूल्य सामान्यतः असते

(a) नेहमी ऐक्यापेक्षा कमी

(b) नेहमी ऐक्यापेक्षा जास्त

(c) एकतेच्या बरोबरीने

(d) वरीलपैकी कोणतेही एक

44] रेफ्रिजरेशन सिस्टममध्ये, नाकारलेल्या उष्णतेच्या तुलनेत शोषली जाणारी उष्णता म्हणजे

(a) अधिक

(आशीर्वाद

(c) समान

(d) लहान क्षमतेसाठी अधिक आणि उच्च क्षमतेसाठी कमी

४५] रेफ्रिजरेटरमधील कंडेन्सिंग तापमान म्हणजे तापमान

(a) शीतकरण माध्यमाचा

(b) अतिशीत क्षेत्र

(c) बाष्पीभवक

(d) ज्यावर रेफ्रिजरंट गॅस द्रव बनतो

46] रेफ्रिजरेटरमधील बाष्पीभवनावर दंव तयार होणे

(a) खराब उष्णता हस्तांतरणामुळे उष्णतेचे नुकसान होते

(b) उष्णता हस्तांतरण दर वाढवते

(c) अभौतिक आहे

(d) योग्य डिझाइनद्वारे टाळता येऊ शकते

47] रेफ्रिजरेटरमध्ये, बाष्पीभवन होणारे रेफ्रिजरंट आणि थंड होणारे माध्यम यांच्यातील तापमानाचा फरक असावा

(a)उच्च, 25° च्या क्रमाने

(b) शक्य तितक्या कमी (3 ते 11°C)

(c) शून्य

(d) कोणतेही मूल्य

48]पूर भरलेल्या बाष्पीभवन रेफ्रिजरेटरमध्ये, कंप्रेसरच्या सक्शनवर एक संचयक वापरला जातो

(a) लिक्विड रेफ्रिजरंट गोळा करा आणि ते कॉम्प्रेसरवर जाण्यापासून प्रतिबंधित करा

(b) बाष्पातील द्रव शोधणे

(c) वाफ जास्त गरम करा

(d) वाफ गोळा करा

49]कमीत कमी रेफ्रिजरंट चार्ज ठेवण्यासाठी संचयकांना पुरेसा व्हॉल्यूम असावा

(a)10%

(ब) २५%

(c) ५०%

(d) ७५%

50]कमी तापमान आणि दाबांवर, रेफ्रिजरंटच्या बाष्पीभवनाची सुप्त उष्णता

(a) कमी होते

(b) वाढते

(c) समान राहते

(d) इतर घटकांवर अवलंबून आहे

औद्योगिक प्रशिक्षण संस्था

मासिक चाचणी-9, गुण- 20, तारीखः- ______________

(प्रत्येक प्रश्नाला दोन गुण असतात)

51]एक रेफ्रिजरेशन सायकल कंडेन्सर तापमान + 27°C आणि बाष्पीभवन तापमान 23°C दरम्यान चालते] सायकलच्या कार्यक्षमतेचा गुणांक असू शकत नाही

(a)0]2

(ब)१]२

(c) ५

(d) ६

52] खालीलपैकी कोणता रेफ्रिजरंटचा इष्ट गुणधर्म नाही

(a) तेलासह उच्च ट्रायसिसिबिलिटी

(b) कमी उकळत्या बिंदू

(c) चांगला विद्युत वाहक

(d) मोठी सुप्त उष्णता

53]वाष्प कम्प्रेशन रेफ्रिजरेशन सिस्टममध्ये, रेफ्रिजरंट दरम्यान द्रव म्हणून उद्भवते

(a) कंडेन्सर आणि विस्तार झडप

(b) कंप्रेसर आणि बाष्पीभवक

(c)विस्तार झडप आणि बाष्पीभवक

(d) कंप्रेसर आणि कंडेन्सर

54]अमोनिया शोषण प्रणालीमध्ये एका माध्यमापासून दुसऱ्या माध्यमापर्यंत उष्णता सोडण्याबद्दल योग्य विधान घ्या

(a) कमकुवत सोल्यूशनचे मजबूत समाधान

(b) मजबूत द्रावणासाठी कमकुवत समाधान

(c) अमोनिया वाफेचे मजबूत द्रावण

(d) अमोनिया वाष्प ते कमकुवत द्रावण

55]कॉर्नॉट इंजिनची कार्यक्षमता 80% दिली आहे] जर सायकलची दिशा उलट केली तर, रिव्हर्स केलेल्या कार्नोट सायकलचे COP चे मूल्य काय असेल?

(अ)१]२५

(ब)०]८

(c)0]5

(d) ०]२५

56]रेफ्रिजरेशन सिस्टीममध्ये सर्वाधिक दाब असावा

(a) रेफ्रिजरंटचा गंभीर दाब

(b) गंभीर दाबापेक्षा खूपच खाली

(c) गंभीर दाबापेक्षा खूप वर

(d) गंभीर दाबाजवळ

57] कंडेन्सर तापमान +27°C आणि बाष्पीभवक तापमान 23°C दरम्यान उष्मा पंप चक्र चालत असेल, तर कार्नोट COP असेल

(a)0]2

(ब)१]२

(c) ५

(d)6

58]विशिष्ट रेफ्रिजरेटिंग सिस्टममध्ये 10 किलो/सेमी गेजचा सामान्य ऑपरेटिंग सक्शन दाब असतो आणि सुमारे 67 किलो/सेमी इतका कंडेन्सिंग प्रेशर असतो] वापरलेले रेफ्रिजरंट आहे

(a) अमोनिया

(b) कार्बन डायऑक्साइड

(c) फ्रीऑन

(d) समुद्र

59]एक्वा अमोनियाचा वापर खालील प्रकारच्या रेफ्रिजरेशन सिस्टममध्ये रेफ्रिजरंट म्हणून केला जातो

(a) कॉम्प्रेशन

(b) थेट

(c) अप्रत्यक्ष

(d) शोषण

६०] कंडेन्सरचे तापमान स्थिर ठेवून, वनस्पतीचे बाष्पीभवक तापमान कमी केल्यास, कंप्रेसरची h]p] आवश्यक असेल

(a) समान

(b) अधिक

(c) कमी

(d) रेटिंगवर अवलंबून अधिक/कमी

औद्योगिक प्रशिक्षण संस्था

मासिक चाचणी-10, गुण- 20, तारीखः- ______________

(प्रत्येक प्रश्नाला दोन गुण असतात)

61]रेफ्रिजरेशन सायकलमध्ये, रेफ्रिजरंटचा प्रवाह नियंत्रित केला जातो

(a) कंप्रेसर

(b) कंडेन्सर

(c) बाष्पीभवक

(d)विस्तार झडप

62]वाष्प संक्षेप चक्रात सर्वात कमी तापमान कोठे होते?

(a) कंडेन्सर

(b) बाष्पीभवक

(c) कंप्रेसर

(d)विस्तार झडप

63]फ्रॉन वापरून रेफ्रिजरेशन सिस्टममधील गळती द्वारे शोधली जाते

(a) हॅलाइड टॉर्च जे शोधल्यावर हिरवट ज्योत निर्माण करते

(b) सल्फरच्या काड्या ज्या तपासल्यावर पांढरा धूर निघतात

(c) अभिकर्मक वापरणे

(d) वास घेणे

64] चुकीचे विधान काढा

(a) वाष्प शोषण चक्रात वापरले जाणारे लिथियम ब्रोमाइड नॉनव्होलॅटाइल आहे

(b) लिथियम ब्रोमाइड प्लांट 0°C च्या खाली काम करू शकत नाही

(c) लिथियम ब्रोमाइड प्लांटमध्ये विभाजकाचा वापर कंडेन्सिंग करून अवांछित पाण्याची वाफ काढून टाकण्यासाठी केला जातो.

(d) लिथियम ब्रोमाइड जनरेटरमधून बाहेर पडणाऱ्या द्रावणाची एकाग्रता जनरेटरमध्ये प्रवेश करणाऱ्या द्रावणाच्या तुलनेत जास्त असते.

66]समान रेफ्रिजरेशन लोड आणि समान तापमान मर्यादांसाठी Freon12 च्या तुलनेत NH3 चे वस्तुमान प्रवाह प्रमाण

(अ)१ : १

(b)१ : ९

(c)९ : १

(d)१ : ३

67]रेफ्रिजरंट्सचा फ्रीॉन गट आहे

(a) ज्वलनशील

(b) विषारी

(c) ज्वलनशील आणि विषारी

(ई) विषारी आणि ज्वलनशील नसलेले]

68 अमोनिया आहे

(a) गैर-विषारी

(b) न ज्वलनशील

(c) विषारी आणि ज्वलनशील

(d) अत्यंत विषारी आणि ज्वलनशील

69] NH3 शीतक म्हणून वापरून बाष्प कम्प्रेशन सायकलमध्ये, प्रारंभिक शुल्क येथे भरले जाते

(a) कंप्रेसरचे सक्शन

(b) कंप्रेसरचे वितरण

(c) रिसीव्हरच्या जवळ उच्च दाबाची बाजू

(d) रिसीव्हर जवळ कमी दाबाची बाजू

70]प्रेशरएन्थॅल्पी चार्ट शो वर लहान क्षैतिज रेषा

(a) स्थिर दाब रेषा

(b) स्थिर तापमान रेषा

(c) स्थिर एकूण उष्णता रेषा

(d) स्थिर एंट्रोपी रेषा

71] प्रेशरएन्थॅल्पी आकृतीवर, कंडेन्सेशन आणि डिसुपरहिटिंग हे क्षैतिज रेषेद्वारे दर्शविले जाते कारण प्रक्रिया

(a) आवाजामध्ये कोणताही बदल होत नाही

(b) स्थिर तापमानात घडते

(c) स्थिर एंट्रॉपीवर घडते

(ई) सतत दाबाने घडते]

औद्योगिक प्रशिक्षण संस्था

मासिक चाचणी-11, गुण- 20, तारीखः- _______________

(प्रत्येक प्रश्नाला दोन गुण असतात)

72]एक टन रेफ्रिजरेशन आहे

(a) रेफ्रिजरेशन समस्यांमध्ये वापरलेले मानक युनिट

(b) 1 टन बर्फ वितळल्याने तयार होणारा शीतल प्रभाव

(c) 0°C वर 1 टन पाणी 0°C वर 24 तासात बर्फात गोठवण्याचा रेफ्रिजरेशन प्रभाव

(d) NTP परिस्थितीत 1 टन बर्फ तयार करण्यासाठी रेफ्रिजरेशन प्रभाव

73]रेफ्रिजरेशन सायकलमध्ये सुपरहिटिंग

(a) COP वाढवते

(b) COP कमी करते

(c) COP अपरिवर्तित राहते

(d) इतर घटक COP ठरवतात

74]कॅबिनेटमध्ये योग्य रेफ्रिजरेशनसाठी, कॅबिनेट आणि वातावरणातील तापमान आणि बाष्प दाब फरक जास्त असल्यास,

(a) मोठे कॅबिनेट वापरले पाहिजे

(b) लहान कॅबिनेट वापरावे

(c) उत्तम प्रकारे घट्ट बाष्प सील वापरावा

(d) कमी बाष्पीभवन तापमान असलेले शीतक वापरावे

75]योग्य विधान निवडा

(a) रेफ्रिजरंटमध्ये कमी सुप्त उष्णता असावी

(b) प्रणालीचे ऑपरेटिंग तापमान कमी असल्यास, कमी उकळत्या बिंदूसह शीतक वापरावे

(c) प्रीकूलिंग आणि सबकूलिंग बीएफ रेफ्रिजरंट समान आहेत

(d) रेफ्रिजरंटची सुपरहीट आणि संवेदनशील उष्णता सारखीच असते

76]डिलिव्हरी बाजूच्या तुलनेत रेफ्रिजरेटिंग युनिट कंप्रेसरचा सक्शन पाईप व्यास आहे

(a) मोठा

(b) लहान

(c) समान

(d) क्षमतेनुसार लहान/मोठे

77]फ्रॉन रेफ्रिजरेशन सिस्टममधील ओलावा कारणीभूत ठरतो

(a) अप्रभावी रेफ्रिजरेशन

(b) उच्च उर्जा वापर

(c) फ्रीझिंग ऑटोमॅटिक रेग्युलेटिंग व्हॉल्व्ह

(d) संपूर्ण प्रणालीची गंज

78]ड्राय कॉम्प्रेशनचा फायदा म्हणजे

(a) ते जास्त वेग वापरण्याची परवानगी देते

(b) ते बाष्पीभवनामध्ये पूर्ण बाष्पीभवन करण्यास परवानगी देते

(c) याचा परिणाम उच्च व्हॉल्यूमेट्रिक आणि यांत्रिक कार्यक्षमतेमध्ये होतो

(d) वरील सर्व

79] चुकीचे विधान निवडा

(a) थंड केल्या जाणाऱ्या माध्यमाचे तापमान बाष्पीभवनाच्या तापमानापेक्षा कमी असणे आवश्यक आहे

(b) रेफ्रिजरंट कंडेन्सरला द्रव म्हणून सोडते

(c)सर्व सोलर थर्मली ऑपरेटेड शोषण प्रणाली केवळ मधूनमधून कार्य करण्यास सक्षम आहेत

(d) बाष्पीभवकावरील दंव उष्णता हस्तांतरण कमी करते

80]रेफ्रिजरेशन सायकलमध्ये अंडरकूलिंग

(a) COP वाढवते

(b) COF कमी करते

(c) COP अपरिवर्तित राहते

(d) इतर घटक ठरवतात

81]उच्च COP प्राप्त करण्यासाठी, कंप्रेसरची दाब श्रेणी असावी

(उंच

(b) कमी

(c) इष्टतम

(d) कोणतेही मूल्य

औद्योगिक प्रशिक्षण संस्था

मासिक चाचणी-12, गुण- 20, तारीखः- ______________

(प्रत्येक प्रश्नाला दोन गुण असतात)

प्र 62) रेसिप्रोकेटिंग कॉम्प्रेसरच्या तुलनेत सेंट्रीफ्यूगल कंप्रेसरची कार्यक्षमता किती आहे

1) उच्च

2) कमी

3) समान

4) कमी किंवा समान

Q 63) खालीलपैकी कोणते कॉम्प्रेसर प्रामुख्याने रेफ्रिजरंट द्रवपदार्थासाठी सर्वात योग्य मानले जातात

1) स्क्रोल कंप्रेसर

2) हर्मेटिकली सीलबंद कंप्रेसर

3) स्वॅश प्लेट कॉम्प्रेसर

4) वॉबल प्लेट कॉम्प्रेसर

Q 64) ओले कॉम्प्रेशन____________ कॉम्प्रेसरची कार्यक्षमता.

1) वाढते

२) कमी होते

3) अर्धे

4) वर कोणताही परिणाम होत नाही

Q 65) वॉटर कूल्ड कंडेन्सर्समध्ये एअर कूल्ड कंडेन्सरच्या तुलनेत ____________ उष्णता हस्तांतरण दर असतो.

1) उच्च

2) कमी

3) समान

4) कमी किंवा समान

प्र 66) यापैकी कोणते टाकीच्या आकाराचे उपकरण रेफ्रिजरेशनमध्ये लिक्विड रेफ्रिजरंट साठवण्यासाठी वापरले जाते

1) लिक्विड रिसीव्हर

2) कंडेनसर

3) कंप्रेसर ऑइल चार्जिंग पंप

4) बाष्पीभवक

प्र 67) कंप्रेसर रेफ्रिजरंटला उच्च दाबावर ____________ करण्यासाठी दाबतो

1) तापमान वाढवा

२) रेफ्रिजरंट गरम करा

3) तापमान कमी करा

४) रेफ्रिजरंट कंडेन्स करा

प्र 68) _______________ कंडेन्सरमध्ये हवा आणि पाणी दोन्ही शीतलक माध्यम म्हणून वापरले जातात.

1) बाष्पीभवन

2) शेल आणि ट्यूब

3) शेल आणि कॉइल

4) हवा थंड

Q 69) प्लेट पृष्ठभाग बाष्पीभवक ___________ मध्ये वापरले जात नाहीत

1) अन्न प्रक्रिया उद्योग

२) आईस्क्रीम कॅबिनेट -

3) घरगुती रेफ्रिजरेटर

4) फ्रीजर

Q 70) बाष्पीभवनातून मिळवलेल्या रेफ्रिजरंटमध्ये द्रव रेफ्रिजरंटचे प्रमाण कंडेन्सरमध्ये जाण्यापासून रोखण्यासाठी, ___________ बाष्पीभवक आणि कंप्रेसरमध्ये जोडलेले आहे.

1) संचयक

2) सुपरहीटर

3) बाटली कुलर

4) वॉटर कूलर

प्र 71) रिव्हर्स सायकल डीफ्रॉस्टिंगमध्ये, बाष्पीभवक ____________ सारखे कार्य करते.

1) कंडेनसर

2) बाष्पीभवक स्वतः

3) विस्तार झडप

4) संचयक

www.ingramcontent.com/pod-product-compliance
Ingram Content Group UK Ltd.
Pitfield, Milton Keynes, MK11 3LW, UK
UKHW021921190726
13853UKWH00002B/785

9 798888 335048